தமிழ் திசை

ஆழ்கடல் அதிசயங்கள்

நாராயணி சுப்ரமணியன்

தமிழ் திசை

Title

AAZHKADAL
ATHISAYANGAL

© NARAYANI SUBRAMANIYAN

ISBN No: 978-81-970932-1-0

நூல் தலைப்பு
ஆழ்கடல் அதிசயங்கள்

நூல் ஆசிரியர்
©நாராயணி சுப்ரமணியன்

முதற்பதிப்பு
மே-2023

விலை:₹100

ஆசிரியர்
கே.அசோகன்

நூல் பொறுப்பாசிரியர்
எஸ்.சுஜாதா

Creative Head-புத்தகங்கள் பிரிவு
மு.ராம்குமார்

முதன்மை வடிவமைப்பாளர்
என்.கணேசன்

வடிவமைப்பாளர்
தே.ஆரோன்

KSL Media Limited, Regd. Office: **KASTURI BUILDING** No.859 & 860 Anna Salai, Chennai - 600 002.

https://www.facebook.com/Tamilthisaipublications https://twitter.com/Tamilthisaipublications

Printed by B.Ashok Kumar, Rasi Graphics (P) Ltd, No.40, Peters Road, Royapettah, Chennai - 600 014, for KSL Media Limited., Chennai - 600 002.

ஆழ்கடல் எனும் பேரதிசயம்!

அதிசயங்களால் நிறைந்துள்ளது ஆழ்கடல். இதுவரை மனிதர்கள் குறைவான அதிசயங்களையே கண்டறிந்திருக்கிறார்கள். அந்த அதிசயங்களை நேரில் பார்ப்பதற்காக ஆராய்ச்சியாளர் அருணாவுடன் ரோசி, ரக்ஷா, செந்தில் ஆகியோர் ஒரு நாட்டிலஸில் பயணம் செய்கிறார்கள்.

பசிபிக் மத்தி மீன்கள் பெருங்கூட்டமாகவே வலசை போகின்றன. அந்தக் கூட்டம் சுமார் 7 கி.மீ. நீளமும் 1.5 கி.மீ. அகலமும் கொண்டது என்பதைப் படிக்கும்போது பிரமிப்பாக இருக்கிறது. சுமார் லட்சம் கிலோ எடைகொண்ட ஒரு நீலத்திமிங்கிலத்தின் குழந்தை பிறக்கும்போதே 3 ஆயிரம் கிலோ எடை கொண்டதாக இருக்குமாம்! அஞ்சாலை போன்ற பெரிய மீன்கள் தங்களின் பற்களைச் சுத்தம் செய்வதற்காகச் சிறிய மீன்களை வாய்க்குள் செல்ல அனுமதிக்கின்றன. இவ்வாறு சுத்தம் செய்யும் மீன்களை அவை உணவாக்கிக்கொள்வதில்லை. சிறிய மீன்களுக்குச் சுத்தம் செய்யும் துணுக்குகளே உணவு. இப்படிப் பெரிய மீன்களுக்கும் சிறிய மீன்களுக்கும் இருக்கும் புரிதல் ஆச்சரியம் அளிக்கிறது. ஒரு திமிங்கிலம் இறந்து போனால், சில வகை உயிரினங்கள் அந்தச் சதைப் பகுதியை மட்டும் சாப்பிட்டு முடிக்கவே 18 மாதங்கள் ஆகுமாம்! இவை போன்று ஏராளமான அதிசயங்களை இந்தப் புத்தகம் மூலம் தெரிந்துகொள்ளலாம்.

தமிழில் அறிவியலை எழுதுபவர்கள் குறைவாகவே இருக்கிறார்கள். அவர்களில் முக்கியமானவர் கடல்சார் ஆராய்ச்சியாளர் நாராயணி சுப்ரமணியன். இந்த நூலில் அதிகம் தெரியாத விஷயங்களை எளிய மொழியில் சொல்லி, சுவாரசியத்தை ஏற்படுத்தியிருக்கிறார்! 'ஆழ்கடல் அதிசயங்கள்' என்கிற தலைப்பில் 'மாயாபஜாரி'ல் தொடராக வந்தபோதே, மாணவர்களாலும் ஆசிரியர்களாலும் பெரிதும் வரவேற்கப்பட்டது. படிக்கவும் பரிசளிக்கவும் ஏற்ற அருமையான நூல்!

-அன்புடன்,
கே. அசோகன்,
ஆசிரியர்,
'இந்து தமிழ் திசை'

என்னுரை

ஆச்சரியங்களை வாரி வழங்கும் கடல்!

பூமியின் பரப்பில் முக்கால் பாகத்தை ஆக்கிரமித்திருப்பது கடல்தான். ஆனால், நிலவின் பரப்பைப் பற்றி நமக்குத் தெரிந்ததை விடவும் பூமியிலேயே இருக்கும் கடலைப் பற்றி நமக்குத் தெரிந்தது குறைவு என்பார்கள். நாம் சுவாசிக்கும் ஆக்சிஜனில் கிட்டத்தட்ட ஐம்பது சதவீதம் கடலில் இருந்தே வருகிறது. நீங்கள் கடலில் இருந்து எவ்வளவு தொலைவில் வசித்தாலும், கடலையே பார்க்காதவராக இருந்தாலும்கூட இது உங்களுக்குப் பொருந்தும். இரண்டு மூச்சுகளில் ஒரு மூச்சுக்குக் காரணமாக இருக்கும் கடலையும் அதில் இருக்கும் அதிஅற்புதமான உயிரினங்களையும் பற்றி மனித இனம் அறிந்தது மிகவும் குறைவு. கற்றது கைமண் அளவு என்றால், கல்லாதது கடல் அளவு!

குழந்தைப் பருவத்தில் நம்மிடம் இருக்கும் ஒரு பேரார்வத்தையும் உலகின் மீதான வியப்பையும் வயது ஏறும்போது நாம் கொஞ்சம் கொஞ்சமாகத் தொலைத்துவிடுகிறோம். ஆனால், ஏதோ ஒரு வகையில் கடலுக்கு முன்னால் எல்லாரும் குழந்தைகளாகிவிடுகிறார்கள். கடலின் பிரம்மாண்டமோ அல்லது ஒருபோதும் அதை முழுவதுமாக அறிந்துகொள்ள முடியாது என்கிற புரிதலோ ஏதோ ஒன்று நம்மைக் குழந்தைப் பருவத்துக்கே அழைத்துச் சென்றுவிடுகிறது. இந்தத் தொடர் இந்து தமிழ் திசை நாளிதழின் சிறார் பகுதியான 'மாயாபஜாரி'ல் வெளிவந்தது என்றாலும், தொடர் வந்துகொண்டிருந்த காலத்தில் குழந்தைகளுக்கு நிகராகப் பெரியவர்களும் பகிர்ந்துகொண்ட மின்னஞ்சல் கருத்துகளே இதற்கு சாட்சி.

கடல் அதிசயங்கள் எழுதித் தீராதவை. ஒவ்வோர் ஆண்டும் சராசரியாக 2000 புதிய கடல் உயிரினங்கள் கண்டறியப்படுகின்றன என்கிறார்கள் விஞ்ஞானிகள். அதாவது ஒரு நாளைக்கு 5 புதிய

உயிரினங்களை அறிவியலாளர்கள் கண்டறிகிறார்கள். இடையறாத ஆராய்ச்சிகள் நடத்தினாலும் கடலின் உயிரினங்களை முழுமையாகப் பட்டியலிட முடிவதில்லை. இன்னமும் 91% கடல் உயிரினங்கள் கண்டறியப்படவே இல்லை என்கிறது ஓர் ஆய்வுக் கட்டுரை. அப்படியானால் இப்போதுகூட நாம் அறிந்திருப்பது 9% கடல் உயிரிகளை மட்டுமே!

அள்ள அள்ளக் குறையாத அறிவியல் ஆச்சரியங்களைக் கடல் வாரி வழங்கிக்கொண்டிருக்கிறது. சூரிய ஒளியே இன்றி உணவு சமைக்கும் நுண்ணுயிரிகள், ஆக்சிஜன் குறைவாக இருந்தாலும் சமாளிக்கும் விலங்குகள், முழு இருளில் வாழும் விலங்கு சமூகங்கள், செங்குத்தாக நீந்திக்கொண்டே தூங்கும் திமிங்கிலங்கள், நிறவியலுக்குப் பாடம் எடுக்கும் அடர் கறுப்பு உயிரிகள் எனக் கடல் முழுக்க புருவத்தை உயர்த்த வைக்கும் அம்சங்கள் நிறைந்திருக்கின்றன.

தொடர் வெளிவர மிகப்பெரிய உந்துசக்தியாக இருந்த 'மாயாபஜார்' பொறுப்பாளர் சுஜாதாவுக்கும் புத்தகமாகக் கொண்டுவரும் இந்து தமிழ் திசை ஆசிரியர் அசோகனுக்கும் தொடர் வெளியான காலத்தில் கருத்துகளை அனுப்பி ஊக்கமளித்த வாசகர்களுக்கும் உளமார்ந்த நன்றிகள்.

நிஜமாகவே ஒரு நீர்மூழ்கியில் அனைவரையும் அழைத்துச் சென்று கடல் அதிசயங்களை நேரில் காட்ட முடிந்தால் எவ்வளவோ நன்றாகத்தான் இருக்கும்! என்னால் முடிந்தது எழுத்தின் வழியான ஒரு கற்பனைப் பயணம்தான். நூலுக்குள் பயணிக்கலாம், வாருங்கள்!

நாராயணி சுப்ரமணியன்

உள்ளே...

01. மத்திகளின் பெருந்திரள்......07
02. உலகின் மிகப்பெரிய குழந்தை......11
03. வேட்டையாடி சுறா...... 14
04. கடலுக்கடியில் சுத்திகரிப்பு நிலையம்...... 17
05. கருவிகளைப் பயன்படுத்தும் முதுகெலும்பற்ற உயிரி......20
06. ஆழ்கடலில் திடீர் விருந்து......23
07. இரவு நேரப் பவளத்திட்டு......26
08. காற்றில் சறுக்கிய மீன்கள்......29
09. பூமியின் மிகப்பெரிய மீன்...... 32
10. கடலின் பொறியாளர்கள்......35
11. கடல் மூரைகளுக்கு வேட்டையாடிகள் உண்டா?......38
12. முறிந்த கை மீண்டும் வளரும்......41
13. கடல் பாசிகளில் காற்றுப் பைகள்......44
14. நிறம் மாறும் தோட்டுக்கணவாய்......47
15. இருளில் ஒளிரும் மீன்......50
16. வெற்றி தரும் கூட்டு வேட்டை......53
17. கடலுக்கு அடியில் வெந்நீர் ஊற்று......56
18. ஈட்டி முனையில் நஞ்சு!......59
19. கடலின் மேய்ச்சல் விலங்குகள்......63
20. நீர்க்குமிழி வலைகள்......66
21. அதிவேக வேட்டையாடி......69
22. கடலுக்கு அடியில் பனிப்புயல்......73
23. உலகின் மிக ஆழமான பகுதி......75
24. டைனோசர் காலத்து மீன் இனம்......78
25. கணவாய்களின் வளர்ப்புப் பண்ணை......81
26. அடர்கறுப்பு மீன்கள்......84
27. பிரம்மாண்ட விலங்குகளின் குட்டித் தூக்கம்......86
28. ஜொலிக்கும் ஸ்ட்ராபெர்ரி ஊசிக்கணவாய்...... 89
29. ஆயிரம் கிலோ மீன்......91
30. நாட்டிலஸின் கதை......93

1

மத்திகளின் பெருந்திரள்!

“வணக்கம்... நலமா?” என்றார் அருணா.

“வணக்கம். நலம், நீங்க?” என்று ஒரே குரலில் மூவரும் கேட்டனர்.

“நான் அருணா. கடல்சார் ஆராய்ச்சியாளரா இருக்கேன். இந்தக் கடல் பயணத்துல உங்களோட வழிகாட்டியாக இருந்து, கடல் அதிசயங்களை உங்களுக்குக் காட்டப்போறேன்” என்றார் அருணா.

“என் பெயர் ரோசி, இவ ரக்ஷா, இவன் செந்தில். நாங்க மூணு பேரும் ஒன்பதாம் வகுப்பு மாணவர்கள். இந்த நண்பர் குழுவுக்கே நான்தான் தலைவி மாதிரி” என்று ரோசி பேச, மற்ற இருவரும் சிரித்துக்கொண்டே இல்லை என்று தலையசைத்தனர்.

“சரி, தலைவி அவர்களே... நம்ம முதல் கடல் அதிசயத்தைப் பார்க்கப் போகலாமா? இதோ இந்த ‘நாட்டிலஸ்’ நீர்மூழ்கிக்குள்ள உட்கார்ந்துக்கோங்க. எல்லாக் கடல் சூழலுக்கும் இதில் பயணம் போகலாம்” என்று அருணா கைகாட்டினார்.

“எங்க போறோம்?” என்று செந்தில் கேட்டு முடிப்பதற்குள் கடலுக்குள் சீறிப் பாய்ந்தது நாட்டிலஸ்.

சில மணிநேரப் பயணத்திற்குப் பிறகு, தென்னாப்பிரிக்கக் கடற்பகுதிக்கு அருகில் இருப்பதாக நாட்டிலஸில் உள்ள டிஜிட்டல் வரைபடம் காட்டியது.

“இப்போ நாம் வந்திருப்பது தென்னாப்பிரிக்காவின் வடக்குக் கடற்பகுதிக்கு. இங்கே பூமியிலேயே மிகப்பெரிய மீன் கூட்டத்தைப் பார்க்கப் போறோம்” என்றார் அருணா.

“பெரிய மீன்கூட்டம்னா ஆயிரம் மீன் இருக்குமா?” என்று ரக்ஷா கேட்டாள்.

"அதோ பாருங்க" என்று அருணா கைகாட்டிய இடத்தில் மீன்கள் வருவதுபோலவே தெரியவில்லை. தூரத்தில் கோடிக்கணக்கான சிறு புள்ளிகள் கடலின் நீல நிறத்தையே கறுப்பாக்கிவிட்டன. குழந்தைகள் ஆச்சரியப்பட்டனர்.

"இது க்வாசுலு-நட்டால் சார்டீன் ரன் (Kwazulu-Natal Sardine Run)" என்று அருணா சொல்ல, "பேரு வாயில் நுழையாது போலிருக்கே" என்று செந்தில் குழம்பினான்.

"க்வாசுலு நட்டால் என்பது நாம் இருக்கும் இடத்தின் பெயர். பொதுவா இந்த நிகழ்வை Sardine Run என்று சொல்வோம். பசிபிக் மத்தி இனங்கள் வருடாவருடம் மே முதல் ஜூன் மாதம் வரை தென்னாப்பிரிக்காவின் மேற்குக் கடற்பகுதியிலிருந்து கிழக்குக் கடற்பகுதிக்கு வலசை போகும். இந்த மத்திக்கூட்டத்தின் அளவு மிகப்பெரியது. 7 கிலோமீட்டர் நீளம், 1.5 கிலோமீட்டர் அகலம், 30 மீட்டர் ஆழம் கொண்ட பெரும் கூட்டம் இது. கோடிக்கணக்கான மத்தி மீன்களுடைய கூட்டம்" என்று அருணா விவரித்தார்.

மீன்கள் கூட்டம் அருகில் வரவும், மத்தி மீன்களின் உருவம் தெரிய ஆரம்பித்தது.

"எதுக்காக இந்த மீன்கள் வலசை போகுது?" என்று ரக்ஷா கேட்க, "நமக்குப் பள்ளிக்கூடத்துல சொல்லியிருக்காங்களே, வலசை போவது பெரும்பாலும் உணவுக்கும் இனப்பெருக்கத்துக்கும்தான்" என்றாள் ரோசி.

"ஆமாம். இந்த மீன்கள், கடலின் ஆழத்திலிருந்து வரும் சத்துகள்கொண்ட குளிர்ந்த நீரைப் பின்தொடர்ந்து நுண் விலங்குகளைச் சாப்பிடுவதற்காக வலசை போகின்றன. ஆப்பிரிக்காவின் வனப்பகுதியில் நடக்கும் பாலூட்டிகளின் மிகப்பெரிய வலசை பற்றி நீங்கள் படித்திருப்பீர்களே, இது அதைவிட எண்ணிக்கையில் பெரிதுன்னு சொல்லப்படுது. இப்போ கவனமா பாருங்க" என்று அருணா கூறியதும், ஒரு பெரிய கடல் நாடகம் நடக்கத் தொடங்கியது.

திடீரென்று மேலிருந்து ஏவுகணை போல ஏதோ ஒன்று கடலுக்குள் சீறிப் பாய்ந்தது. அடுத்தடுத்து ஏவுகணைகள் வந்து விழவும், கடல்நீர் சலசலத்தது. வந்து விழுந்தவை கடல் பறவைகள் என்று புரிந்துகொள்ளவே கொஞ்ச நேரம் பிடித்தது.

அடுத்த சில நிமிடங்களில் சீல் பாலூட்டிகள், சூரை மீன்கள், ஓங்கில்கள் (டால்பின்கள்), சுறாக்கள் என்று எங்கிருந்தோ வெவ்வேறு கடல் உயிரினங்கள் வந்தபடி இருந்தன.

"ஓங்கில்கள் இவ்வளவு இருக்கே!" என்று செந்தில் அதிசயிக்க, "ஆமாம். ஒரு மத்திக்கூட்டத்தைப் பிடிக்க சராசரியாக 18,000 ஓங்கில்கள் வரும்" என்றார் அருணா.

திடீரென்று மத்திக் கூட்டத்தைச் சுறாக்கள் தாக்க, அவை சிறு குழுக்களாகப் பிரிந்து, இடைவெளி ஏதுமின்றி இணைந்து நீந்தி ஒரு பந்து போல உருமாறின. சுறாக்கள் இந்தப் பந்துக்குள் உள்ள மீன்களைப் பிடிக்க முடியாமல் தடுமாறின. அடுத்த சில நிமிடங்களுக்கு எந்த வேட்டையாடிகளாலும் மத்திகளைப் பிடிக்க முடியவில்லை.

"என்ன நடக்குது?" என்று கிசுகிசுப்பாகக் கேட்டாள் ரோசி.

"இதை நாங்க *Bait ball* என்று சொல்வோம். 20 மீட்டர் விட்டம் கொண்ட மீன்களாலான ஒரு கோளம்தான் இந்த பெய்ட் பால். சிறிய, கூட்டமாக வாழும் பண்புள்ள மீன்கள் வேட்டையாடிகளிடமிருந்து தப்பிக்கப் பயன்படுத்தும் உத்தி இது. வேட்டையாடிகள் வரும்போது ஒரு பந்து போன்ற இறுக்கமான வடிவமைப்பில் இவை நீந்தும், இதை வேட்டையாடிகள் முறியடிக்கும்வரை உள்ளே இருக்கும் மீன்கள் பாதுகாப்பாக இருக்கும்... அதோ பாருங்க" என்று அருணா பரபரப்பானார்.

ஒரு சூரை மீன் திறமையாக நீந்தி மத்திகளின் கோளத்தை முறியடித்து, அவற்றைக் கலைத்துவிட்டது. மத்திகள் அங்குமிங்கும் சிதறின. அந்த வாய்ப்பைப் பயன்படுத்தி எல்லா வேட்டையாடிகளும் தங்கள் உத்திகளைப் பயன்படுத்தத் தொடங்கின.

சிதறி ஓடிக்கொண்டிருந்த மத்திக்கூட்டம் ஒருபுறமாக ஒதுங்கி நீந்தத் தொடங்கும்போது, திடீரென்று வாயைப் பிளந்தபடி எங்கிருந்தோ

வந்த ஒரு திமிங்கிலம் ஒரே விழுங்கில் ஆயிரக்கணக்கான மத்திகளை உண்டுவிட்டது.

“அட” என்று மூன்று குழந்தைகளும் ஒருசேரக் குரல் கொடுத்தனர்.

“இது என்ன திமிங்கிலம்? மத்தி மீன்கள் வரும்போது இந்த ஓங்கில், சூரை, கடற்பறவை எதுவும் இல்லையே, இதுங்க எங்கிருந்து திடீர்னு வந்தது?” என்று அடுத்தடுத்து கேட்டான் செந்தில்.

“போதும் கொஞ்சம் மூச்சு விட்டுக்கோ... இது ப்ரைட் திமிங்கிலம். இந்தக் கடற்பறவை கேப் கேனட். இந்த வேட்டையாடிகள், வருடாவருடம் மத்திக்கூட்டத்தின் வருகைக்காகக் காத்திருக்கும். சரியான நேரத்தில் இங்கு வந்து மத்திகளை வேட்டையாடும். கேனட்டுகள் மணிக்குத் தொண்ணூறு கிலோமீட்டர் வேகத்தில் நீந்தக்கூடிய திறமையான வேட்டையாடிகள். ஒரு பருவத்தில் மட்டும் இவை 9000 டன் (1000 கிலோ) மத்திகளைச் சாப்பிடும்! சின்னஞ்சிறிய பறவைகளுக்கே இவ்வளவு இரை கிடைக்குதுனா மற்ற வேட்டை விலங்குகளுக்கு எவ்வளவு இரை கிடைக்கும்? அதனால்தான் இவை மத்திக்கூட்டத்துக்காகக் காத்துக் கிடக்கின்றன” என்று அருணா விளக்கம் தந்தார்.

“ஒவ்வொரு வருஷமும் இது இங்க நடக்குமா?” என்று ரக்ஷா ஆர்வமாகக் கேட்க, “மத்திக்கூட்டங்களுக்கு 21 டிகிரி செல்சியஸுக்கும் கீழ் வெப்பநிலை இருப்பது அவசியம். தவிர, காற்றும் நீர் சுழற்சிகளும் சரியா அமையணும். இவை இருந்தா அந்த ஆண்டு கண்டிப்பா மத்திகள் வலசை வரும்” என்றார் அருணா.

“கடல்நீர் வெப்பம் அதிமாக இருப்பதாகச் செய்திகள்ல சொன்னாங்களே, அப்போ மத்திகளின் வலசை பாதிக்கப்படுமா?” என்றான் செந்தில்.

“சரியான கேள்வி செந்தில். கடல்நீர் வெப்பநிலை மாறுவதாலும் சுழற்சிகள் சரியாக இல்லாததாலும் மத்திகளின் வலசை பாதிக்கப் படுதுன்னு ஆராய்ச்சியாளர்கள் சொல்றாங்க. மத்திக்கூட்டங்களால் வரும் மீன்பிடி வாழ்வாதாரம், சுற்றுலா வருமானம்னு மனிதர்களுக்கும் இந்த வலசைக்கும் ஒரு பிணைப்பும் உருவாகியிருக்கு. ஆக, இவை எல்லாம் சரியா நடக்கணும்னா காலநிலை மாற்றத்தைக் கட்டுப்படுத்தணும்” என்று அருணா விளக்கினார்.

பேசி முடிப்பதற்குள் வேட்டையாடிகளிடம் மாட்டியதுபோக மீதமிருந்த மத்திக்கூட்டம் தன் வலசையைத் தொடர்ந்திருந்தது.

“பயணம் சிறக்க வாழ்த்துகள்” என்று அவற்றைப் பார்த்துக் கையசைத்து வழியனுப்பிய ரக்ஷா, “அடுத்தது எங்கே போறோம்?” என்று அருணாவிடம் கேட்டாள்.

2

 உலகின் மிகப்பெரிய குழந்தை

அடுத்த அதிசயத்தைக் காணும் ஆவலில் ரோசி, செந்தில், ரக்ஷா மூவரும் ஆராய்ச்சியாளர் அருணாவுடன் சேர்ந்து கடலில் பயணம் செய்து கொண்டிருந்தனர்.

திடீரென்று, "அதோ அங்கே பாருங்க" என்று அருணா கைகாட்டினார்.

கற்பனைக்கு எட்டாத அளவில் மிகப் பிரம்மாண்டமான ஒரு திமிங்கிலமும், அதன் அருகிலேயே குட்டித் திமிங்கிலம் ஒன்றும் நீந்திக்கொண்டிருந்தன. ரோசி, செந்தில், ரக்ஷா மூவரும் ஆச்சரியத்துடன் பார்த்தனர்.

"இதுதான் நீலத்திமிங்கிலம். பத்து நிமிடத்துக்கு முன்னாடிதான் குட்டி போட்டிருக்கு" என்று அருணா சொல்ல, "பத்து நிமிடத்துக்கு முன்னாடி பிறந்த குட்டியா இது? இவ்வளவு பெருசா இருக்கே!" என்று செந்தில் வியப்புடன் கேட்டான்.

"நீலத்திமிங்கிலம்தான் உலகிலேயே மிகப்பெரிய விலங்குன்னு நாம பாடத்தில் படிச்சோம்ல, பெரிய விலங்குன்னா குட்டியும் பெருசாதான் இருக்கும்" என்று ரக்ஷா தனக்குத் தெரிந்த விஷயத்தைச் சொன்னாள்.

“எவ்வளவு எடை இருக்கும்?” என்று ரோசி யோசித்தாள்.

“நீலத்திமிங்கிலங்கள் சராசரியா 98 அடி நீளம் வளரும். இவற்றின் எடை சுமார் 199 மெட்ரிக் டன் (ஒரு டன் 1000 கிலோ) அதாவது கிட்டத்தட்ட லட்சம் கிலோ” என்று அருணா சொல்லிக்கொண்டிருக்கும்போதே, “லட்சம் கிலோவா!” என்று செந்தில் கண்களை விரித்தான்.

சிரித்தபடியே, “ஆமாம்! லட்சம் கிலோ எடை கொண்ட அம்மா திமிங்கிலத்துக்குப் பிறக்கும் குட்டி, பிறக்கும்போதே 23 அடி நீளமும் 3000 கிலோ எடையும் இருக்கும். பிறக்கும் உயிரினங்களிலேயே மிகப் பெரியது இதுதான். அதாவது Largest New born on earth” என்றார் அருணா.

“இவ்வளவு பெரிய குட்டி பிறக்கணும்னா பேறுகாலம் ஒரு பத்து பதினைந்து வருஷம் இருக்குமா?” என்று ரக்‌ஷா கேட்க, “இல்லை, நீலத்திமிங்கிலங்களுடைய பிரசவ காலம் 10 முதல் 12 மாதங்கள் மட்டுமே. கிட்டத்தட்ட மனிதர்களைப் போலத்தான். நீலத்திமிங்கிலங்கள் இரண்டு அல்லது மூன்று ஆண்டுகளுக்கு ஒரு முறை குட்டி போடும். பெரும்பாலும் ஒரு பிரசவத்தில் ஒரு குட்டியைத்தான் ஈனும்” என்று கூறியபடியே நீர்மூழ்கிக்குள் இருந்த ஸ்பீக்கரை இயக்கினார். வெளியில் கேட்ட ஒலி நீர்மூழ்கிக்குள் ஒலிபரப்பானது. குயில் கூவுவது போல நீண்ட முனகல் ஒலி கேட்டது.

“நீலத்திமிங்கிலம் இப்படித்தான் ஒலி எழுப்பும். அது எழுப்பும் எல்லா அதிர்வெண் ஒலிகளும் மனிதர்களுக்குக் கேட்காது என்றாலும் நீலத்திமிங்கிலத்தின் சத்தம் கிட்டத்தட்ட இப்படித்தான் இருக்கும்” என்று அருணா விளக்கினார்.

“குட்டி அம்மாவின் உடலோட ஒட்டி இருக்கு, பால் குடிக்குது” என்று செந்தில் கைகாட்டினான்.

“இவ்வளவு பெரிய குட்டின்னா நிறைய பால் குடிக்குமோ?” என்று ரோசி சந்தேகமாகக் கேட்டாள்.

“ரொம்ப சரி. ஒரு நீலத்திமிங்கிலக் குட்டி சராசரியா ஒருநாளைக்கு 200 லிட்டர் பால் குடிக்கும். நீலத்திமிங்கிலத்தின் பாலில் கொழுப்புச்

சத்து அதிகம் என்பதால், ஒவ்வொரு நாளும் திமிங்கிலத்தின் குட்டி வேகமாக வளரும். ஒரு நாளைக்கு 90 கிலோ எடை அதிகரிக்கும்" என்றார் அருணா.

"ஒரு நாளைக்கு 90 கிலோ அளவுக்கு வளருமா! அடேங்கப்பா!" என்று மூவரும் ஆச்சரியப்பட்டார்கள்.

"ஆமாம், அம்மா திமிங்கிலத்துடன் கூடவே இருக்கும் குட்டியின் எடை, ஆறே மாதங்களில் இரண்டு மடங்காக மாறிடும். பிறகு இவை பால் குடிப்பதை நிறுத்திவிட்டு அம்மாவின் உதவி, வழிகாட்டலுடன் க்ரில் இறால்களை வேட்டையாட ஆரம்பிக்கும்" என்று அருணா விளக்கினார்.

"நீலத்திமிங்கிலங்களைப் பொறுத்தவரை எல்லாமே பிரம்மாண்டம்தான் போல. நாம இவ்வளவு தொலைவில் இருந்து பார்ப்பதால்தான் இந்தத் திமிங்கிலத்தின் உருவமே முழுசா தெரியுது. ஒரு பிரசவத்தில் ஒரு குட்டிதான் போடும்னா, இவற்றின் இனப்பெருக்க விகிதமும் குறைவுதானோ?" என்று ரோசி கேட்டாள்.

"ஆமாம், நீலத்திமிங்கிலங்கள் மட்டுமில்ல, எல்லாத் திமிங்கிலங்களுமே குறைவான இனப்பெருக்க விகிதம் கொண்டவைதான். ஒரே ஒரு திமிங்கிலம் பாதிக்கப்பட்டால்கூட, அது திமிங்கிலங்களின் தலைமுறைக்கே நல்லது இல்லை. இவற்றை நாம்தான் பாதுகாக்கணும்" என்று அருணா சொல்லிக்கொண்டிருந்தபோதே திமிங்கிலம் ஒரு நீண்ட ஒலியை எழுப்பியது.

"தாலாட்டுப் பாடுது போல" என்று ரோசி கிண்டலடிக்க, திமிங்கிலங்கள் இரண்டும் நீந்தியபடி நீலக்கடலுக்குள் சென்று மறைந்தன.

3

வேட்டையாடி சுறா!

தென்னாப்பிரிக்காவில் 'சீல் தீவு' என்கிற இடத்துக்கு அருகில் உள்ள கடற்பகுதிக்கு வந்து சேர்ந்திருப்பதாகக் காட்டியது நாட்டிலஸ் நீர்மூழ்கியில் இருக்கும் வரைபடம். கடற்பரப்பின் அருகில் நீர்மூழ்கியைக் கொண்டு சென்ற ஆராய்ச்சியாளர் அருணா, நீர்மூழ்கியின் ஒரு பகுதி நீருக்கு மேலேயும் இன்னொரு பகுதி நீருக்குக் கீழேயும் இருக்கும்படி அதை நிறுத்திவைத்தார். ரோசி, செந்தில், ரக்ஷா மூவரும் ஆர்வமாகக் கவனித்தனர்.

கேப் ரோம சீல் (Cape Fur seal) என்று அழைக்கப்படும் கடல் பாலூட்டிகளின் சிறு கூட்டம் சற்றுத் தொலைவில் மெதுவாக நீந்திக்கொண்டிருந்தது. மீன்களை வேட்டையாடிக்கொண்டிருந்த அந்த சீல் கூட்டத்தில், திடீரென்று எல்லா சீல்களும் எச்சரிக்கையோடு இருப்பதுபோல உடல் மொழியைக் காட்டின. தொலைவில் நிழல்போலத் தெரிந்த ஓர் உருவம், அந்தக் கூட்டத்துக்குப் பக்கத்தில் வந்ததும் செந்தில் அலறிவிட்டான், "ஆ... சுறா மீன்!."

"எதுக்குப் பயப்படுற செந்தில்?" என்று அருணா கேட்க, "எவ்வளவு பெரிய மீன்! நம்மையே விழுங்கிடும். பயமா இருக்கு, போயிடலாம்" என்றான் செந்தில்.

"இது பெருஞ் சுறா இனம் (Great white shark). சுறாக்கள் மிகப்பெரிய உருவத்தைக் கொண்டவை. 15 அடி நீளமும் 1,800 கிலோ எடையும் கொண்ட சுறா இனங்கள். ஆனா, அதோட இலக்கு நாம இல்லை, இங்கு இருக்கும் சீல் கூட்டம்தான். கவனமா பாருங்க" என்று அருணா விளக்கினார்.

சுறா வந்தவுடன் சீல்கள் அங்குமிங்கும் சிதறி நீந்தின. ஒரு குறிப்பிட்ட சீலை சுறா குறிவைத்துப் பின்தொடர ஆரம்பித்தது. அந்த சீல் உடனே சுதாரித்துக்கொண்டு வேகமாக நீந்தியது. சுறாவின் வாய் தன்னுடைய

உடலுக்குப் பக்கத்தில் வருவதுபோல நெருங்கியதும் உடனே சீல் தன் உடலை வளைத்துத் திடீரென்று திரும்பியது. கொஞ்சம் தடுமாறிய சுறா, உடனே சுதாரித்துக்கொண்டு விடாமல் துரத்தியது. அடுத்தடுத்து வளைந்து திரும்பி சுறாவுக்குப் போக்குக் காட்டிய சீல், இறுதியில் தப்பிவிட்டது.

"அட! சீல் தப்பிச்சு போயிருச்சே" என்று ரக்ஷா ஆச்சரியப்பட்டாள். "இந்தப் பெருஞ் சுறாக்கள், ஓங்கில், சீல் போன்ற கடல் பாலூட்டிகளைத்தான் வேட்டையாடும், இந்த இரைகள் மிகவும் புத்திசாலித்தனமான விலங்குகள் என்பதால் எல்லா நேரமும் வேட்டை வெற்றிகரமாக நடப்பதில்லை" என்று அருணா விளக்கினார்.

"அப்படின்னா இன்னிக்குச் சுறா பட்டினிதான்" என்று ரோசி சிரித்தாள். "அவசரப்படாத ரோசி... சுறாக்களும் புத்திசாலித்தனமான விலங்குகள்தாம். கடலுக்கடியில் ஒரு ஏவுகணை போலச் சீறிப்பாயும் உடல், தேவைப்பட்டால் மணிக்கு 50 கிலோமீட்டர் வேகம் நீந்தக்கூடிய ஆற்றல் எல்லாம் கொண்ட உச்ச வேட்டையாடிகள் இவை. இவற்றுக்கு ஆறு புலன்கள் உண்டு" என்று அருணா சொல்லிக்கொண்டிருக்கும்போதே, "அது எப்படிச் சாத்தியம்?" என்று ரக்ஷா கேட்டாள்.

"ஆமாம், அதீத பார்வைத்திறன், சுவை உணர்வு, ஒரு பில்லியன் துளி கடல்நீரில் ஒரு துளி ரத்தம் இருந்தால்கூட உணரக்கூடிய அளவுக்கு மோப்ப சக்தி, சுற்றியுள்ள சூழலை உணரும் தொடுபுலன், துல்லியமான கேட்கும் சக்தி, எல்லாவற்றையும் தாண்டி சுறாக்களுக்கு இன்னும் ஒரு சூப்பர் பவர் இருக்கு; அதுதான் மின்சாரத்தை உணரும் திறன் (Electroreception). இரை விலங்குகளின் உடல் செயல்பாடுகளாலும் நரம்புகளாலும் உருவாக்கப்படும் சின்ன மின் அதிர்வைக்கூடச் சுறாக்கள் தெரிஞ்சுக்கும். சுறாக்களோட தலைப் பகுதியில் ஆம்புலே ஆஃப் லோரென்சினி (Ampullae of Lorenzini) என்கிற சிறப்பு உறுப்புகள் இருக்கின்றன. இவை மின்சாரத்தைக் கண்டுபிடிக்கும். இத்தனை ஆற்றல்

வைத்திருக்கிற சுறாக்கள், சும்மா ஒருமுறை தோல்வியடைஞ்சதால வேட்டையை நிறுத்திடுமா என்ன?" என்று கேட்ட அருணா, "அங்கே பாருங்க" என்று பரபரப்பானார்

மீண்டும் ஒரு சீலை, சுறா குறிவைத்துத் துரத்தியது. இந்த முறை சீல் எவ்வளவு வளைந்தாலும் சுறா சோர்வடையாமல் அதைப் பின்தொடர்ந்தது. எப்படி நீந்தினாலும் சுறாவிடமிருந்து தப்பிக்க முடியாத சீல், ஒருகட்டத்தில் நீருக்கு வெளியே எம்பிக் குதித்தது. சுறாவும் உடனே கடல்நீருக்கு மேலே 10 அடி உயரத்துக்கு எம்பி வாயை அகலமாகத் திறந்து, அந்தரத்தில் இருந்த சீலை எட்டிப் பிடித்தது!

நீர்மூழ்கிக்குள் குண்டூசி போட்டாலும் கேட்கும், அவ்வளவு அமைதியாக வியப்புடன் எல்லோரும் அந்தக் காட்சியைப் பார்த்துக்கொண்டிருந்தனர்.

சீலைக் கவ்விப்பிடித்த சுறா, நீருக்குள் விழுந்து இரையை உண்ணத் தொடங்கியது.

கைதட்டி எல்லோருடைய கவனத்தையும் திருப்பிய அருணா, "என்ன ஆச்சரியமா இருக்கா? இதை நாங்க *Breaching* என்று சொல்வோம். இரையைப் பிடிக்க இறுதி முயற்சியாக, தன்னுடைய பிரம்மாண்டமான உடலை உந்தித் தள்ளி சுறாக்கள் காற்றில் துள்ளிக் குதிக்கும். 40 கோடி ஆண்டுகளா பூமியின் கடற்பகுதிகள்ல தாக்குப்பிடிச்சு, உச்ச வேட்டையாடியா இருக்கறதுன்னா சும்மாவா? பல வித்தைகள் வேணும், இல்லையா?" என்று கேட்டார்.

இன்னும் ஆச்சரியத்தில் விழியை விரித்தபடியே இருந்த ரோசி, "ஆமாம், இதே வேகத்தோட நம்மைத் தாக்கியிருந்தா என்ன ஆகும்?" என்றாள்.

"என்ன நண்பர்கள் குழுத் தலைவரே, பயந்துட்டீங்களா?" என்று சிரித்த அருணா, "சுறாக்கள் மனிதனைத் தாக்கும் நிகழ்வுகள் மிகவும் குறைவு, அதுவும் தவறுதலா நடப்பதுதான். உண்மையில் சுறாக்கள் மனிதனை உண்ண விரும்புவதில்லை. பெருஞ் சுறாக்கள் இருக்கும் கடற்பகுதிகளில் எச்சரிக்கைகள் தரப்பட்டிருக்கும், அதைப் பின்பற்றினால் போதும்" என்று விளக்கினார்.

"பொதுவா சுறா இனங்கள் அழிந்து வருவதாகப் படிச்சிருக்கேன். டைனசோர்களையும் தாண்டி வாழ்ந்துகொண்டிருக்கும் இந்த மீன்களை நாம் பாதுகாக்கணும்" என்றாள் ரக்ஷா.

"உண்மைதான்" என்று அருணா சொல்லிக் கொண்டிருந்தபோதே, வேறு ஒரு பெருஞ் சுறா சீல்களின் கூட்டத்துக்கு நடுவில் வந்து தன் வேட்டையைத் தொடங்கியது.

4

கடலுக்கடியில் சுத்திகரிப்பு நிலையம்

பேச்சு சுவாரசியமாகப் போய்க்கொண்டிருந்ததால், நாட்டிலஸ் நீர்மூழ்கி ஒரு பவளத்திட்டுக்கு அருகில் வந்ததையே யாரும் கவனிக்கவில்லை. ரக்ஷாதான் முதலில் பவளத்திட்டைச் சுட்டிக்காட்டினாள். பவளத்திட்டின் வடிவங்களையும் கண்கவர் மீன்களையும் பார்த்த செந்தில், ரக்ஷா, ரோசி ஆகிய மூவரும், "அழகா இருக்கே" என்று தங்களுக்குள் பேசிக்கொண்டார்கள்.

"நாம இப்போ வந்திருப்பது பவளத்திட்டில் இருக்கும் ஒரு சுத்திகரிப்பு நிலையம். அதாவது Cleaning station" என்று ஆராய்ச்சியாளர் அருணா சொல்லி நிறுத்த, "என்ன! பெரிய இயந்திரங்கள் எதையும் காணோமே... அட, நிலையம் இதுதான்னு அடையாளம் கண்டுபிடிக்க ஒரு பெயர்ப்பலகைகூட இல்லையே" என்று கழுத்தை வளைத்துத் தேடினாள் ரக்ஷா.

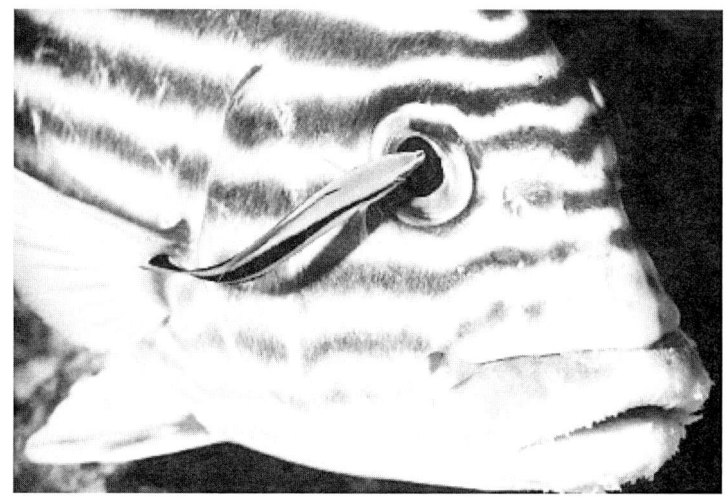

சிரித்துக்கொண்ட அருணா, “அதோ, அந்தச் சின்ன மீன்கள் இருப்பதுதான் அடையாளம், அவற்றின் வாய்தான் சுத்திகரிப்பு இயந்திரம்” என்று கைகாட்டினார். அங்கே விரல் நீளத்துக்கு நீல நிறத்தில் மீன்கள் இருந்தன. வளைந்து விநோதமாக அவை மெதுவாக நீந்தினாலும், ஒரு குறிப்பிட்ட பாறையை மட்டும் சுற்றி வந்துகொண்டிருந்தன. வேறு எங்கும் போகவில்லை.

“நல்லா கவனிச்சுப் பாருங்க” என்று அருணா அறிவுறுத்தினார்.

அடுத்த சில நொடிகளில் ஓர் அஞ்சாலை மீன் (Moray Eel) பாறைக்கு அருகில் வந்து, உடலை நேராக வைத்துக்கொண்டது. வாயைப் பெரிதாகத் திறந்தது. நீல மீன் அந்த அஞ்சாலையின் வாய்க்குள் போனது.

“அடடா, பெரிய மீன் இருப்பதைக் கவனிக்காம வாய்க்குள்ள மாட்டிக்கிட்டதே” என்று செந்தில் வருத்தப்பட, “அவசரப்படாதே” என்று மீண்டும் அந்தக் காட்சியை நோக்கி அருணா கைகாட்டினார்.

அஞ்சாலையின் வாய் திறந்தபடியே இருக்க, சிறு மீன் அதன் வாய்க்குள் அங்குமிங்கும் நீந்தி கொத்துவதுபோல் ஏதோ செய்துகொண்டிருந்தது!

“எனக்குத் தெரிஞ்சுபோச்சு, ஒரு முதலை வாயைத் திறந்து இருக்கும், அதோட பல்லை சின்னப் பறவை சுத்தம் செய்யும். முதலை பறவையை ஒண்ணுமே செய்யாது. முன்னாடி ஒரு நாள் வயலுக்குப் போற வழியில ஒரு உண்ணிக்கொக்கு மாடுகளைச் சுத்தம் செய்வதை என் தாத்தா காட்டினார். இதுவும் அது மாதிரிதானே?” என்றாள் ரோசி.

“மிகவும் சரி. இதோ இந்த மீன், திரளி (Wrasse) வகையைச் சேர்ந்தது. இதை நாங்க சுத்தம் செய்யும் மீன்கள்னு (Cleaner Fish) சொல்வோம். இந்த ஒரு இனம் மட்டுமில்ல, 45 வகையான உயிரினங்கள் இது மாதிரி சுத்தம் செய்யும் வேலையைச் செய்யும். இதனால் பெரிய மீன்களுக்குப் பல்லிடுக்கில் உள்ள உணவுத்துகள்கள், செவுள், தோலில் உள்ள ஒட்டுண்ணிகள்கிட்டே இருந்து விடுதலை கிடைக்குது. திரளிகளுக்கு இதன்மூலம் உணவு கிடைக்குது. இரண்டு தரப்புக்கும் நன்மை செய்யக்கூடிய நட்புறவு இது. சில இனங்கள், சுத்தம் செய்வதை மட்டுமே உணவா நம்பி இருக்கும். வேறு சில இனங்கள், அவ்வப்போது சுத்தம் செய்யும், மற்ற நேரம் தாங்களாகவே உணவு தேடும்” என்று அருணா விளக்கினார்.

“இந்தச் சிறு மீன்கள் தங்களுக்கு நன்மை செய்யும் என்பதால் வேட்டையாடிகளான பெரிய மீன்கள்கூடச் சாதுவா நடந்துக்கும்போல. நல்ல புரிதல்தான்” என்றான் செந்தில்.

“இதில் இன்னொரு சுவாரசியமும் இருக்கு. நேரடியா ஒட்டுண்ணிகள்,

உணவுத்துணுக்குகளைச் சாப்பிடுவது மட்டுமல்லாமல், சுத்தம் செய்யும் மீன்கள் பெரிய மீன்களின் உடலோடு உரசி நட்பைத் தெரிவிக்கும்னு சமீபத்தில் கண்டுபிடிச்சிருக்காங்க! உணவைச் சாப்பிடுவது தனக்கு நன்மைன்னாலும், இதுபோன்ற செயல்களால் இந்த நட்பு வலுவாகுமாம். ஆகவே, இந்த மீன்கள் அதற்காகக் கொஞ்சம் நேரத்தைச் செலவழிக்குமாம்'' என்றார் அருணா.

“சின்ன மீன் கொஞ்ச நேரத்தைச் செலவழிச்சா என்ன ஆகிடும்? அதுக்கு டைம் டேபிள் இருக்கா என்ன?'' என்று ரக்ஷா கிண்டலாகக் கேட்டாள்.

“என்ன வரிசை மாதிரி மீன்கள் காத்துகிட்டு இருக்கு?'' என்றான் செந்தில்.

அங்கே பாறைக்கு அருகில் பெரிய மீன்களின் வரிசை ஒன்றுகூடியிருந்தது. மீன்கள் வாயைத் திறந்து, செவுள்களை விரித்தபடி, உடலை அசையாமல் வைத்துக்கொண்டு காத்திருந்தன.

“ஓய்வே இல்லாம திரளி மீன்கள் ரொம்பப் பரபரப்பா வேலை செய்யுதுங்க... அங்கே பாரேன், கூட்டத்தில் தள்ளுமுள்ளு நடக்குது'' என்று செந்தில் பரபரப்பானான்.

ஒரு பெரிய கோழி மீன் (Surgeon Fish) வரிசையில் இருக்கும் மீன்களைத் தள்ளிவிட்டு முன்னால் நீந்த முயற்சி செய்துகொண்டிருந்தது.

“இது வழக்கமா நடப்பதுதான். சில நேரம் சுத்திகரிப்பு நிலையங்களுக்கு அதிகமான மீன்கள் வரும். சுத்தம் செய்யும் மீன்கள் இதுபோன்ற நிலையங்களில் மட்டுமே இருக்கும்னு சொல்ல முடியாது. அவை சும்மா நீந்தியபடியேகூட அடுத்த மீன்களை அணுகிச் சுத்தம் செய்யும். மோளா மீன்களின் உடலில் இருக்கும் ஒட்டுண்ணிகளைக் கடற்பறவைகள் சாப்பிடுவதை நான் பார்த்திருக்கேன். கடலாமை ஓட்டில் உள்ள பாசிகளைத் தாவர உண்ணி மீன்கள் சாப்பிடும். சுத்தம் செய்யும் இறால் வகைகளும் பவளத்திட்டுகளில் உண்டு. ஒட்டுண்ணிகள் இம்சை தருவது மட்டுமில்ல, சில நேரத்தில் மீன்களின் வழக்கமான செயல்பாடுகளைக்கூடப் பாதிக்கும். ஆகவே இந்த மீன்களின் சுத்திகரிப்பு ஒரு முக்கியமான சேவை'' என்று சொல்லி முடித்தார் அருணா.

வரிசையில் சண்டைகள் எல்லாம் முடிந்து, மீன்கள் தங்கள் முறைக்குக் காத்திருந்தன. ஒரு மீனின் செவுளைச் சுத்தம் செய்து முடித்த திரளி, ‘இத்துடன் என் வேலை முடிந்தது’ என்பது போல அடுத்த மீனை நோக்கி முன்னேறியது. பெரிய மீன் தன்னுடைய அன்றாட வேலைகளைப் பார்ப்பதற்காக நீந்தத் தொடங்கியது.

5

கருவிகளைப்பயன்படுத்தும் முதுகெலும்பற்ற உயிரி!

இந்தோனேசியாவின் கடற்பகுதிக்கு வந்து சேர்ந்தது நாட்டிலஸ் நீர்மூழ்கி. கடல் தரையை ஒட்டி அது நின்றதும், மூன்று குழந்தைகளையும் கவனிக்கச் சொன்னார் ஆராய்ச்சியாளர் அருணா.

அங்கே அடர் சிவப்பு நிறத்தில் ஊதா வரிகளைக் கொண்ட ஒரு கணவாய், உடைந்த தேங்காய் ஓடு (சிரட்டை) ஒன்றைத் தன்னுடைய எட்டுக் கரங்களாலும் தொட்டு உணர்ந்துகொண்டிருந்தது.

"இது ஆக்டோபஸ் தானே?" என்றாள் ரோசி.

“ஆமாம், ஆக்டோபஸை, பேய்க்கணவாய் அல்லது சடைக்கணவாய்னு சொல்லுவோம். இப்போ நீங்க பார்ப்பது தேங்காய் கணவாய் (Coconut Octopus) என்று பொதுவா அழைக்கப்படுது. பசிபிக் பெருங்கடல் மற்றும் இந்தியப் பெருங்கடல்களில் காணப்படுகிற, கடல் தரையை ஒட்டி வாழும் இந்த இனத்துக்கு ஒரு சிறப்பம்சம் உண்டு” என்றபடி அருணா, கணவாயை நோக்கிக் கைநீட்டினார்.

தண்ணீரைப் பீய்ச்சியடித்து தேங்காய் ஓட்டின் மேலே உள்ள மணலையும் அழுக்கையும் சுத்தம் செய்த கணவாய், தேங்காய் ஓட்டின் குழிப்பகுதி மேலே வருமாறு அதைக் கவிழ்த்தது. மீண்டும் ஒரு முறை அதைச் சுத்தம் செய்துவிட்டு, தேங்காய் ஓட்டை எட்டுக் கரங்களாலும் இறுக்கிப் பிடித்துக்கொண்டு, கடலின் தரையில் தடுமாறியபடி கைகளால் நடக்கத் தொடங்கியது!

“பார்க்கவே சிரிப்பா இருக்கே, சின்னக் குழந்தை மாதிரி தள்ளாடி நடக்குது” என்று செந்தில் சிரித்தான்.

“ஆமாம், 2009இல் இந்தக் கணவாய்கள் இப்படி நடப்பதைப் பார்த்து ஆய்வு செய்த என் நண்பர் ஜூலியன் ஃபின்னும் இதையேதான் சொன்னார், முதல்முறை பார்க்கும்போது சிரிப்பா இருந்ததாம்” என்றார் அருணா.

“கிராமத்துத் திருவிழாவில் காலில் குச்சி கட்டி ஆடுவாங்கல்ல, அது மாதிரி இருக்கு” என்றாள் ரோசி.

“ஆமாம், பார்க்க இது மரக்கால் ஆட்டம் மாதிரிதான் இருக்கு. இதை விஞ்ஞானிகள் பொய்க்கால்னு (Stilt Walking) சொல்றாங்க. உண்மையில் இப்படி நகர்வதற்கு நிறைய ஆற்றல் வீணாகும் என்பதால் கணவாய் சோர்வடையுமாம். ஆனாலும், இந்தக் கணவாய்கள் அசராமல் தேங்காய் ஓடுகளை எடுத்துப் போகும். பொதுவா இந்தக் கணவாய்கள் பெரிய மட்டி அல்லது கிளிஞ்சல் ஓடுகளில் வசிக்கும் தன்மை கொண்டவை. சமீபகாலமா இதுபோன்ற தேங்காய் ஓடுகளையும் பாதுகாப்புக்காகப் பயன்படுத்திக்கொள்கின்றன. இப்படிக் கணவாய்கள் செய்வதைக் கண்டுபிடித்த விஞ்ஞானிகள், கருவிகளைப் பயன்படுத்தும் முதல் முதுகெலும்பற்ற உயிரிகள்னு இவற்றை புகழ்ந்திருக்காங்க” என்றார் அருணா.

“அதாவது தேங்காய் ஓட்டைப் பாதுகாப்புக்காகப் பயன்படுத்துவதால் இப்படிப் புகழ்ந்து சொல்றாங்க, அப்படித்தானே? இது அறிவான விலங்கு என்பதால் கருவிகளைப் பயன்படுத்துது” என்றாள் ரக்ஷா.

“கருவிகளைப் பயன்படுத்துவதால் மட்டுமே அறிவுள்ள விலங்குன்னு சொல்லிட முடியாது. மேலும் சில அம்சங்களும் வேணும். உதாரணமா

இந்தத் தேங்காய் கணவாயின் செயல்பாட்டையே எடுத்துக்கலாம். சும்மா கடலில் ஒரு ஓடு கிடந்தால், அதற்குள் இந்தக் கணவாய் புகுந்து பாதுகாப்பைத் தேடிக்கிட்டா அது கருவிப் பயன்பாடு கிடையாது, அறிவின் காரணமா இப்படிச் செய்யுதுன்னு சொல்ல மாட்டோம். ஆனா, இந்தக் கணவாய் ஒரு தேங்காய் ஓட்டைச் சுத்தப்படுத்தி அதை வேற இடத்துக்குக் கொண்டு போகுது. கொண்டு போகும்போது கஷ்டப்பட்டு நடக்குது.

"இப்படி நடக்கும்போது தேங்காய் ஓடு ஒரு தொந்தரவா இருக்கு, ஆனாலும் எதிர்காலத்தில் அந்த ஓடு பயன்படும்னு கணவாய் திட்டம் போடுது. அட, இது மட்டுமில்ல, வேறொரு இடத்துக்குப் போன பிறகு, இரண்டு தேங்காய் ஓடுகளை ஒண்ணா வெச்சு அதை ஒரு பந்து போல மாற்றி, அதற்குள் கணவாய்கள் புகுந்து வாழும்! கருவியைத் தேடி சுத்தம் செய்வது, வேறொரு இடத்துக்குக் கொண்டு போவது, அதற்காகக் கஷ்டப்படுவது, எதிர்காலத்துக்காகத் திட்டம் போடுவது, புதிய இடத்தில் தன் தேவைக்கு ஏற்றபடி கருவியை மீள் உருவாக்கம் செய்வது ஆகிய இந்தச் செயல்பாடுகள்தாம் அறிவு செயல்படுவதற்கான ஆதாரங்கள்" என்று அருணா விளக்கம் கொடுத்தார்.

"அங்கே பாருங்க" என்று செந்தில் காட்ட, அங்கே இரண்டு தேங்காய் ஓடுகளைக் கச்சிதமாகப் பொருத்தி, கணவாய் அதற்குள் முழுவதுமாகப் புகுந்துகொண்டது, கண் மட்டும் இடுக்கு வழியாகத் தெரிந்தது.

"கேரளத்தைச் சேர்ந்த விஞ்ஞானிகள், இந்தக் கணவாய்கள் தேங்காய் ஓட்டை முட்டை போடும் கூடாகவும் பயன்படுத்தும்னு கண்டுபிடிச்சிருக்காங்க. ஒரே கருவியை வெவ்வேறு பயன்பாட்டுக்கு மாற்றிப் பயன்படுத்துவதும் அறிவின் அடையாளம்தானே?" என்று அருணா கேட்டார்.

"ஒரு அடிதான் இருக்கு, சுருண்டு இருக்கும்போது ஒரு பெரிய பந்து மாதிரி தெரியுது. இந்தச் சின்ன விலங்குக்குள் இவ்வளவு அறிவா!" என்று செந்தில் ஆச்சரியப்பட்டான்.

"நிறைய விலங்குகளுக்குப் பல வகையான அறிவு சார்ந்த திறமைகள் இருக்கும் செந்தில், நமக்கு அது புரியுமான்னுதான் தெரியல" என்று ரோசி சொன்னாள்.

"மிகவும் சரி தலைவர் அவர்களே" என்று அருணா சிரிக்க, தேங்காய்க்குள்ளிருந்து திடீரென்று வெளிவந்த கணவாய், அருகில் வந்த இறாலை வேட்டையாடி, சாப்பிடத் தொடங்கியது.

6

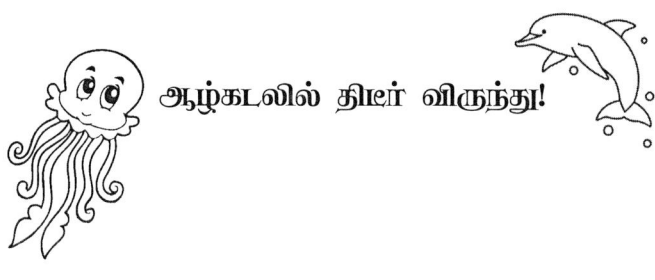

ஆழ்கடலில் திடீர் விருந்து!

கடற்பரப்பிலிருந்து சுமார் 1,500 மீட்டர் ஆழத்திற்குத் தரையை நோக்கிப் பாய்ந்தது நாட்டிலஸ் நீர்மூழ்கி. சுற்றிலும் ஒரே இருட்டு. நீர்மூழ்கியின் வெளிச்சத்தில் ஆங்காங்கே தெரிந்த உயிரினங்களைப் பார்த்துக்கொண்டே எல்லாரும் பயணித்தார்கள்.

கடல் தரையில் ஒரு பெரிய திமிங்கிலத்தின் சடலம் கிடந்தது. அதன் தசைப்பகுதிகளைக் கறுப்புச் சுறாக்களும் விலாங்கு போன்ற மீன்களும் கடித்துத் தின்றுகொண்டிருந்தன.

“ஐயோ... இதைப் பார்க்கவா வந்தோம், இறந்த விலங்குகளின் சடலத்தைப் பிற விலங்குகள் சாப்பிடுவதில் அப்படி என்ன அதிசயம் இருக்கு?” என்று முகம்சுளித்தாள் ரோசி.

“இது பெரிய அதிசயம்தான். இறந்த திமிங்கிலங்கள் ஆழ்கடலில் விழுவதை Whale Fall என்று சொல்வோம். ஆழ்கடல் பகுதியில் இருக்கும் விலங்குகளுக்கு அவ்வளவு சுலபமா உணவு கிடைக்காது. கடல் பனி (Marine Snow) என்று சொல்லப்படுகிற உணவுத் துணுக்குகள் மேலிருந்து வந்தால்தான் உண்டு. அப்படிப்பட்ட சூழலில் இறந்த திமிங்கிலத்தின்

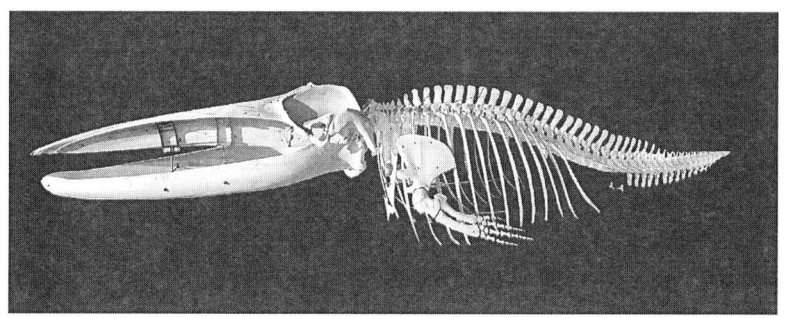

பிரம்மாண்டமான உடல் வந்து விழுவது பெரிய விருந்துதானே?" என்று கேட்டார் அருணா.

"ம்... சரிதான். இந்த மீன்களுக்கு இதன்மூலம் சுமார் ஒரு மாசத்துக்குச் சாப்பாடு கிடைக்குமா?" என்றான் செந்தில்.

"இல்ல, பதினெட்டு மாதங்களுக்கு உணவு கிடைக்கும்" என்று சிரித்தார் அருணா.

மூவரும் ஆச்சரியமாகப் பார்க்க, "ஆமாம். இப்போ நாம பார்ப்பது முதல் கட்டம்தான். இதில் ஸ்லீப்பர் சுறாக்களும் சில வகை மீன் இனங்களும் மிதவை (Amphipods) உயிரினங்களும் திமிங்கிலத்தின் தசையைச் சாப்பிடும். இந்தத் தசைப்பகுதியை ஓரளவு சாப்பிட்டு முடிக்கவே இதுகளுக்கு 18 மாதங்கள் தேவைப்படும். அடுத்தது கரிம உணவைச் சாப்பிடும் சிறு விலங்குகள் வரும். கணவாய்கள், புழுக்கள், நண்டுகள், சிப்பிகள் எல்லாம் வந்து சில வருடங்கள் கரிம உணவையும் சுத்தி இருக்கிற சத்துள்ள மண்ணையும் சலித்துச் சாப்பிடும்" என்று அருணா விளக்கினார்.

"அப்போ வெறும் எலும்புதான் மிஞ்சும்... எலும்பைச் சாப்பிடும் நுண்ணுயிரிகள் வருமோ?" என்று ரக்ஷா கேட்டாள்.

"அதேதான். எலும்புகளில் உள்ள கொழுப்பைச் சிதைக்கிற பல வகை பாக்டீரியா, கிட்டத்தட்ட 50 முதல் 100 வருடங்கள் வரை இந்தப் பெரிய திமிங்கிலத்தின் எலும்புக்கூட்டில் உள்ள கொழுப்பைச் சாப்பிடுகின்றன" என்றார் அருணா.

"அவ்வளவுதான், எல்லாம் தீர்ந்துபோச்சு" என்றாள் ரக்ஷா.

"இல்லையே... கரிமம், கொழுப்பு எல்லாம் போன பிறகு வெறும் கனிமங்கள் மட்டும் இருக்கும் எலும்புக்கூடு பாக்கியிருக்கே. அது ஒரு திடமான அடித்தளம் கொண்ட வாழிடமா மாறும். ஒட்டிக்கொண்டு வாழ விரும்பும் உயிரிகள் இங்கே வந்து தங்கும்" என்றார் அருணா.

புதிய மீன்கள் வந்து திமிங்கிலத்தின் உடலில் இருந்து தங்களுக்கான உணவை வேகமாகச் சாப்பிட்டுக்கொண்டிருந்தன.

"காலம் அதிகம் எடுக்கும்னாலும் இது ஒரு வழக்கமான வாழ்க்கை சுழற்சிதானே? இதுல என்ன அதிசயம் இருக்கு?" என்று கேட்டாள் ரோசி.

"இது நல்ல கேள்வி. கடலோட கரிமச் சுழற்சிக்கு இந்த நிகழ்வுகள் ரொம்ப முக்கியம். நாற்பது டன் (டன் - ஆயிரம் கிலோ) எடை கொண்ட ஒரு திமிங்கிலம் வந்து விழுவதால், 2,000 ஆண்டுகளில் ஆழ்கடலில் வந்து சேரும் சராசரி கரிமம் ஒரே நாளில் கிடைக்குது! திமிங்கிலம் வந்து விழும்போது, அந்த இடமே ஆற்றலும் சத்துகளும் நிறைந்ததா மாறுது. அடுத்த சில ஆண்டுகளில் அது உயிர்ச்சத்து நிறைந்த வாழிடமாகவும் உருமாறுது. கடல் பனியையே மட்டும் நம்பிக்கொண்டிருக்கும் விலங்குகளுக்கு, திமிங்கிலத்தின் உடலில் உள்ள புரதமும் கொழுப்பும் நிறைய ஆற்றலைக் கொடுக்குது. அதனால், ஆழ்கடல் விலங்குகள் பட்டினியிலிருந்து காப்பாற்றப்படுது" என்று சொல்லி அருணா நிறுத்தினார்.

"இதனால் பல விலங்குகளுக்கு நன்மைதான் போல" என்றான் செந்தில்.

"ஆமாம். மீன், மெல்லுடலி, சுறா, நண்டுன்னு சராசரியா ஒரு திமிங்கிலத்தின் உடலைச் சுற்றியே நானூறுக்கும் மேற்பட்ட கடல் உயிரி வகைகள் வாழும். 2015இல் நடத்தப்பட்ட ஒரு ஆய்வில், ஒரு திமிங்கிலத்தின் உடலுக்கு அருகில் மட்டும் 129 புதிய உயிரிகளை விஞ்ஞானிகள் கண்டுபிடிச்சாங்க. இது எப்பவாவது நடக்கும் நிகழ்வுதான், ஆனாலும் ஆழ்கடலின் நிரந்தர வாழிடங்களில்கூட இல்லாத அளவுக்கு இதில் பல உயிரிகள் இருக்கும்" என்றார் அருணா.

"அப்படின்னா திமிங்கிலமும் யானை மாதிரிதான், இருந்தும் ஆயிரம் பொன், இறந்தும் ஆயிரம் பொன்" என்றாள் ரோசி. மற்ற இருவரும் ஆமோதித்தனர்.

"இன்னும் 18 மாதங்கள் கழிச்சு இங்க மறுபடியும் வந்து பார்க்கலாம்" என்ற குழந்தைகளின் கோரிக்கைக்கு அருணா தலையாட்ட, நாட்டிலஸ் நீர்மூழ்கி ஓசையின்றி மீண்டும் பயணத்தைத் தொடர்ந்தது.

7

இரவு நேரப் பவளத்திட்டு

நாட்டிலஸ் நீர்மூழ்கி வந்து நின்ற இடம் எது என்று தெரியவில்லை, சுற்றிலும் இருட்டு. நீர்மூழ்கியின் முன் விளக்குகள் மெல்ல இயக்கப்பட்டதும்தான் அது ஒரு பவளத்திட்டு என்றே தெரிந்தது. குழந்தைகள் மூவரும் உன்னிப்பாகக் கவனித்தார்கள். வெள்ளியின் பளபளப்புடன் சிவப்பு, பழுப்பு நிறம் கொண்ட மீன்கள் அங்குமிங்கும் உலவிக்கொண்டிருந்தன. பெரிய கணவாய் ஒன்று நீந்தியபடி வந்தது. பவள உயிரிகளிலிருந்து சிறு மொட்டுகள் வெளியில் வந்து கடல்நீரில் தலையாட்டிக்கொண்டிருந்தன.

"இது பவளத்திட்டுன்னு சொன்னா நம்பவே முடியாது போல. ராத்திரி நேரத்துல எல்லாமே வேற மாதிரி இருக்கு" என்றாள் ரக்ஷா.

"இன்னொரு விஷயம் கவனிச்சியா, இப்போ பார்க்கும் மீன்கள் வேற மாதிரியா இருக்கு" என்றாள் ரோசி.

"என்னென்ன வித்தியாசத்தைக் கவனிச்சீங்க? சொல்லுங்க பார்க்கலாம்" என்று அருணா ஊக்கப்படுத்தினார்.

"இந்த மீன்களுடைய நிறம் பெரும்பாலும் சிவப்பு அல்லது பழுப்பு நிறத்துல இருக்கு" என்றாள் ரோசி.

"எல்லா மீன்களுக்கும் கண்ணு ரொம்பப் பெருசா இருக்கு" என்றான் செந்தில்.

"மிகவும் சரி. எல்லா வாழிடங்களிலும் இருப்பதுபோலவே பவளத்திட்டுகளிலும் இரவாடிகள் (இரவு நேர உயிரினங்கள்) உண்டு. இரவில் சுறுசுறுப்பாக இயங்கும் இந்த உயிரினங்களோட உடலில், இருட்டிலும் தாக்குப்பிடிப்பதற்காகச் சில தகவமைப்புகள் இருக்கும். குறைந்த ஒளியிலும் பார்ப்பதற்குப் பெரிய கண்கள், இரவு நேர ஒளியில் மறைந்து இருப்பதற்கான சிவப்பு நிறம் ஆகியவை சில உதாரணங்கள். இரவாடி மீன்கள் பெரும்பாலும் ஊன் உண்ணிகளாதான் இருக்கும், அதுவும் நிறைய சாப்பிடுவதற்கான ஒரு தகவமைப்புதான்" என்றார் அருணா.

"இரவில் குறைந்த ஒளியில் எப்படி வேட்டையாடும்?" என்றான் செந்தில்.

"படிச்சது உனக்கு நினைவு இருக்கா? மாலை நேரத்தில் பூக்கும் பூக்கள், மகரந்த சேர்க்கைக்கு உதவும் உயிரினங்களை எப்படி ஈர்க்கும்ன்னு..." என்று ரோசி நினைவுபடுத்தினாள்.

சிறிது யோசித்த செந்தில், "இருட்டில் ஒரு பூவைத் தேடிக் கண்டுபிடிக்க உதவுவது வாசனைதானே?" என்றான்.

"மகிழ்ச்சி. நீங்களே பதிலைச் சொல்லிட்டீங்க. இரவு நேரத்தில் பவளத்திட்டுகளில் உள்ள வேட்டையாடிகள் பெரும்பாலும் மோப்ப சக்தியை வச்சுதான் வேட்டையாடும், அதோ அந்த அஞ்சாலை மாதிரி" என்று அருணா கைகாட்ட, தூரத்தில் ஓர் அஞ்சாலை மீன் (Moray Eel) தன்னுடைய வளையைவிட்டு வெளியேறி வேட்டைக்குப் புறப்பட்டது.

"அஞ்சாலைக்கு வளை இருக்கு. தங்குவதற்கு இடமில்லாத மற்ற இரவாடி மீன்கள் பகல்ல என்ன பண்ணும்?" என்று கேட்டாள் ரக்ஷா.

"ஓரளவு நிழல் இருக்கும் பகுதிகள்ல இந்த இரவாடிகள் பகல் முழுக்க ஓய்வெடுக்கும்" என்று அருணா சொல்லிக்கொண்டிருந்தபோதே, "பகல் மீன்கள் இரவில் ஓய்வெடுக்கும், அதானே?" என்று குறுக்கிட்டான் செந்தில்.

தூரத்து வளையில் ஒரு மீன் அசையாமல் இருந்தது, கிட்டத்தட்ட தூங்குவதுபோலத் தெரிந்தது. இந்த அஞ்சாலை அந்த மீனைக் கவனிக்காமலேயே கடந்துவிட்டது.

"அட, இது கிளிமீன் தானே! இது பகல்ல சுறுசுறுப்பா இருக்கும் மீன்... இப்போ தூங்குது. ஆனா, இந்த அஞ்சாலை ஏன் கிளிமீனை ஒண்ணுமே பண்ணல!" என்று ரோசி ஆச்சரியப்பட்டாள்.

"பக்கத்தில் போய்ப் பார்க்கலாம் வாங்க" என்று அருணா நீர்மூழ்கியை முடுக்கிவிட, சில அடி தொலைவு முன்னால் போய் நின்றது நாட்டிலஸ் நீர்மூழ்கி.

கிளிமீனைச் சுற்றிக் கண்ணாடியால் ஆன பையைப் போன்ற பாதுகாப்புப் படலம் இருந்தது! அவ்வப்போது வந்த சிறு பூச்சிகள்கூட அந்தப் பையைத் தாண்டிப் போக முடியாமல் அப்படியே படலத்தின்மீது ஒட்டிக்கொண்டன. வளைக்கு அருகில் வந்த வேட்டையாடிகள், இந்த மீனைக் கண்டுகொள்ளாமல் கடந்து சென்றன.

"அட!" என்று மூவரும் ஒரே குரலில் ஆச்சரியப்பட்டார்கள்.

"இதை நாங்க Sleeping Cocoon என்று சொல்வோம். கிட்டத்தட்ட ஒரு பாதுகாப்புப் போர்வை மாதிரி. பல கிளிமீன் இனங்கள் இரவு நேரத்தில் தூங்கும்போது தங்களைச் சுற்றி ஒரு பாதுகாப்புப் படலத்தைச் சுரக்கும். உடலில் இருந்து வரும் பிசுபிசுப்பான நிறமற்ற திரவத்தால் இது உருவாகும். உடலைச் சுற்றி இந்தப் படலம் இருப்பதால், மோப்ப சக்தியை வச்சு வேட்டையாடும் இரவாடிகளுக்கு இந்தக் கிளிமீன்களின் வாசனை தெரியாமல் இந்தப் படலம் தடுக்கும்! இரவு நேரத்தில் வந்து தாக்கும் ஒட்டுண்ணிப் பூச்சிகள்கிட்டேயிருந்தும் இந்தத் திரவம் பாதுகாக்கும். ஒருவேளை வேட்டையாடும் மீன்கள் பக்கத்துல வந்தாலும், படலத்தை உடைக்கும் அந்த இடைவெளிக்குள்ளேயே கிளிமீன்கள் தப்பிக்கவும் வாய்ப்பு இருக்கு" என்று விளக்கினார் அருணா.

"ஒவ்வொரு நாளும் இரவில் இதுங்க இப்படிச் செய்யுமா? அருமையான தகவமைப்பு" என்றாள் ரோசி. எல்லாரும் தலையாட்டினார்கள்.

"சரி... சரி... ரொம்ப நேரம் நீர்மூழ்கி லைட் இருந்தா இந்த உயிரினங்களின் அன்றாட சுழற்சி குழப்பமடையும், புறப்படுவோம்" என்றார் அருணா. "ஆமா, மீன்களோட தூக்கம் கலைஞ்சிடும், தூங்கட்டும் பாவம்" என்று ரக்ஷா சொல்ல, விளக்குகள் அணைக்கப்பட்டு நீர்மூழ்கி மெதுவாகப் புறப்பட்டது.

8

காற்றில் சறுக்கிய மீன்கள்!

இந்தியப் பெருங்கடலில் எங்கு பார்த்தாலும் நீல பரப்பாகத் தெரியும். ஓர் இடத்துக்கு வந்து, பாதி கடலின் மேற்பரப்பிலும் பாதி நீருக்குள்ளுமாக நின்றது நாட்டிலஸ் நீர்மூழ்கி. திடீரென்று பரபரப்பான ஆராய்ச்சியாளர் அருணா, "கவனிங்க" என்று சொல்ல, எல்லாரும் கடலில் நடக்கும் வேட்டையைப் பார்த்தார்கள்.

சூரை மீன்களும் பாறை மீன்களுமாக ஒரு சிறு வேட்டையாடிக் குழு, குழல் போன்ற சிறு மீன்களைத் துரத்திக்கொண்டிருந்தது. கொஞ்ச நேரம் வளைந்து நெளிந்து வேட்டையாடிகளுக்குப் போக்குக் காட்டிய

சிறு மீன்கள், அடுத்த சில நொடிகளில் கடல்நீரைத் தாண்டிக் காற்றில் எழும்பிப் பறந்தன!

"இதை நான் பார்த்திருக்கேன். இது பறவைக்கோலா மீன் தானே?" என்றாள் ரக்ஷா.

"ஆமாம். இதுதான் பறவைக்கோலா (Flying fish). உலகெங்கிலும் இந்த மாதிரி 60க்கும் மேற்பட்ட பறவைக்கோலா இனங்கள் இருக்கு. சரி, இப்போ அடுத்த பறவைக்கோலா மீன் மேல எழும்பும்போது என்ன நடக்குதுன்னு கவனிங்க" என்று அருணா சொல்லவும் மூவரும் இமைக்காமல் பார்த்துக்கொண்டிருந்தனர்.

வேட்டையாடி மிக அருகில் வந்த பின்னர், பறவைக்கோலா வேகமாக நீந்தியது. தன் உடலை ஆங்கில எழுத்தான 'சி' வடிவத்தில் சுருட்டிக்கொண்டது. பிறகு கடற்பரப்பை நோக்கி நீந்தி, உடலை நெளித்தது. வால் துடுப்பை அதிவேகமாக அசைத்தது. விமானம் ஒன்று மேலெழும்புவதற்கு முன்பாக தரையிலேயே ஓடி வேகமெடுப்பதைப் போல, கடலின் மேற்பரப்பிலேயே கொஞ்சம் மிதந்துவிட்டு, இறுதியாக ஒருமுறை வால்துடுப்பை அங்குமிங்கும் அசைத்து காற்றில் எழும்பியது. பிறகு துடுப்புகளை அசைக்காமல் விரித்து வைத்துக்கொண்டது.

"சூப்பரா பறக்குது!" என்றாள் ரோசி.

"பார்ப்பதற்கு இது பறப்பதுபோலத் தெரிந்தாலும், உண்மையில் இது காற்றில் சறுக்கிச் செல்வது (Gliding) தான். பறவையோட சிறகு போலவே விரிந்திருக்கும் இந்த முதுகுத் துடுப்புதான் பறவைக்கோலா பறக்க உதவி செய்யுது. சில பறவைக்கோலா இனங்களுக்கு இடுப்புத் துடுப்பும் இதுபோலவே விரிந்து இருக்கும். அது சறுக்குவதற்குக் கூடுதலா உதவி செய்யும்" என்று விளக்கினார் அருணா.

"ரொம்ப நேரம் பறக்குதே... ஓ பறக்குதுன்னு சொல்லக் கூடாதில்ல, சறுக்குது" என்றான் செந்தில்.

சிரித்தபடியே பதில் சொன்னார் அருணா: "ஆமாம், இந்த மீன்கள் 45 வினாடிகள் வரை காற்றில் இருக்கும். மணிக்கு 55 கிலோமீட்டர் வேகம் வரையில்கூட சறுக்கும். சொல்லப்போனா இந்த மீன்கள் கடல்நீரைவிட, காற்றில் இயங்கும் வேகம் பத்து மடங்கு அதிகம்னு கண்டுபிடிச்சிருக்காங்க. பறவைக்கோலாவின் உடல், காற்றையும் நீரையும் கிழிச்சு முன்னேறும்படி கச்சிதமா இருக்கு."

"கடல்மட்டத்தைவிட ரொம்ப உயரமா சறுக்கும்போல" என்றாள் ரோசி.

"ஆமாம், 20 அடி உயரம் வரைகூட இந்த மீன்கள் எழும்பும். 400 மீட்டர்

தொலைவு வரை சறுக்கியே கடக்கும்" என்று அருணா சொல்லும்போதே, "அப்படியும் வேட்டை மீன் துரத்திட்டே இருந்தால்?" என்று கேட்டான் செந்தில். "அதோ பாருங்க" என்றார் அருணா.

காற்றில் சறுக்கிக் கொண்டிருந்த பறவைக்கோலா மீன், மெல்ல இறங்கி கடலின் மேற்பரப்புக்கு வந்தது. வாலை மட்டும் நீரில் நனைத்து, அடித்து நகர்த்தி மீண்டும் காற்றை நோக்கி எழும்பியது!

"ஓ, தேவைப்படும்போது அப்பப்போ இது மாதிரி கடலைத் தொட்டு வேகம் சேர்த்துக்கும்னு புரியுது. சரி, இதுங்க எப்படிக் காற்றில் சுவாசிக்கும்? நீருக்குள் பார்ப்பது மாதிரியே இந்தப் பறவைக்கோலா மீன்களால் காற்றிலும் பார்க்க முடியுமா?" என்றாள் ரோசி.

"தலைவர்னா சும்மாவா! சரியான கேள்விகளைத்தான் கேட்டிருக்கீங்க!" என்று சிரித்த அருணா, "இந்த மீன்களுடைய கண்களின் அமைப்பு கொஞ்சம் தட்டையா வித்தியாசமா இருக்கும் என்பதால், இவற்றால் காற்றிலும் ஓரளவு காட்சிகளைப் பார்க்க முடியும். இந்த மீன்களால் காற்றில் இருக்கும் ஆக்சிஜனைச் சுவாசிக்க முடியாது. நாம நீருக்குள் போகும்போது மூச்சை அடக்கிக்கொள்வது மாதிரியே காற்றில் இருக்கும் நேரத்தில் இந்த மீன்களும் மூச்சுவிடாமல் தாக்குப்பிடிக்கும்" என்றார்.

எவ்வளவு நேரம் துரத்தியும் பறவைக்கோலா மீன்களைப் பிடிக்க முடியாத வேட்டையாடிகள், சோர்ந்துபோய் வேறு இடத்தை நோக்கி நீந்தின. "இந்த மீன் குடும்பத்தின் அறிவியல் பெயருக்கு, 'வெளியில் இருக்கும் மீன்கள்'னு அர்த்தம்" என்று அருணா சொல்ல, தப்பித்த மகிழ்ச்சியில் பறவைக்கோலாக்கள் துடுப்பை மடித்து நீரில் இறங்கி, தங்களை ஆசுவாசப்படுத்திக்கொண்டன.

9

பூமியின் மிகப்பெரிய மீன்!

பிலிப்பைன்ஸ் நாட்டின் கடற்பகுதிக்கு வந்து நின்றது நாட்டிலஸ் நீர்மூழ்கி. தொலைவில் வெள்ளைப் புள்ளிகளுடன் ஒரு மீன் நீந்திக்கொண்டிருப்பதை அனைவரும் பார்த்து ரசித்தார்கள்.

“ரொம்ப அழகா இருக்கே!” என்று ஆச்சரியப்பட்டாள் ரோசி.

“ஆமாம், மடகாஸ்கரின் மலகாசி மொழியில் இதை ‘நட்சத்திரங்கள் நிரம்பிய மீன்’னு சொல்வாங்க. ஆங்கிலத்தில்...” என்று ஆராய்ச்சியாளர் அருணா சொல்லிக்கொண்டிருந்தபோதே, “நான் சொல்றேன். ஆங்கிலத்தில் இதோட பேரு Whale shark. ஆனா, இது திமிங்கிலம் இல்லை. மீன் இனம்தான். சரியா?” என்று ரோசி கேட்க, “மிகவும் சரி” என்று கைதட்டினார் அருணா.

“தமிழ்ல இதுக்குப் பெட்டிச் சுறா, அம்மணி உளுவை, வளுவம்னு பல பெயர்கள் இருக்கு. மீன் இனங்களிலேயே மிகப்பெரியது இதுதான்” என்றார் அருணா.

“மீன்ல மட்டுமில்ல, கடல்லயே இதுதான் பெரிசு போல” என்று அம்மணி உளுவையை ஆச்சரியமாகப் பார்த்தபடி கேட்டான் செந்தில்.

“பாலூட்டிகளைப் பொறுத்தவரைக்கும் திமிங்கிலம், ஓங்கில் போன்ற இனங்கள்தாம் பெருசு. ஆனா, அவற்றைத் தவிர்த்து ஒரு பட்டியல் போட்டால், அதில் மிகப்பெரியது அம்மணி உளுவைதான். கடல் மட்டுமல்லாமல் மொத்த பூமியிலும் உள்ள முதுகெலும்புள்ள உயிரினங்களில், பாலூட்டிகளைத் தவிர்த்துப் பார்த்தால், அம்மணி உளுவைதான் பெரியது. சராசரியா 45 முதல் 48 அடி நீளம் வரை இருக்கும். எடை 2,240 கிலோ. அம்மணி உளுவைகளின் வாய் பக்கவாட்டு அகலம் மட்டும் ஐந்து அடி” என்று விளக்கினார் அருணா.

"ஐயோ வாயே அஞ்சு அடியா? இப்போ நம்மைப் பார்த்துதான் நீந்திவருது" என்று பயந்தாள் ரக்ஷா.

அருணா சிரித்துவிட்டார். "நீர்மூழ்கிக்குள்ள இருந்தாலும் இவ்வளவு பயமா? பயப்பட வேண்டாம், இது சாதுவானது. இதுக்கு முன்னூறு பற்கள் இருக்கும்..." என்று அருணா சொன்னபோதே, "300 பற்கள் இருக்கும் மீன் எப்படி ஆபத்தில்லாததா இருக்க முடியும்?" என்றான் செந்தில்.

"இந்த முந்நூறு பற்களும் நுண் பற்கள். இவை தவிர நீரை வடிகட்ட இருபது வாய்த் தகடுகளும் இந்த மீனுக்கு உண்டு. இதன்மூலம் ஒரு மணி நேரத்துக்குக் கிட்டத்தட்ட 6,000 லிட்டர் கடல்நீரை வடிகட்டி, சின்ன இறால்கள், நுண் பாசிகள், லார்வாக்கள், மீன் முட்டைகளைச் சாப்பிடும். அதோ பாருங்க" என்று அருணா கைகாட்டினார்.

அங்கே அந்தப் பெரிய அம்மணி உளுவை, வாய் நிறைய கடல்நீரை விழுங்கிக்கொண்டிருந்தது.

"தகடுகள் மூலமா தண்ணிய வடிகட்டி, அந்த இரையை மட்டும் மீன் அழகா விழுங்கும். அம்மணி உளுவையின் இனப்பெருக்கம் பற்றி நிறைய விஷயங்கள் நமக்கு இன்னும் சரியாகத் தெரியல" என்றார் அருணா.

"சின்ன மீன், கண்ணுக்கே தெரியாது என்றால் ஆராய்ச்சி செய்வது கஷ்டமா இருக்கும். இவ்வளவு பெரிய மீன் பற்றியே நமக்கு இன்னும் விவரம் தெரியலையா?" என்று கன்னத்தில் கை வைத்து ஆச்சரியப்பட்டாள் ரோசி.

"ஆமாம், தொடர்ந்து இதுங்க வலசை போகும். ஆனா, எந்த இடத்தில்

இதுங்க குட்டி போடும்னு தெரியல. இதுவரை யாரும் இந்த அம்மணி உளுவைகள் குட்டி போடுவதை நேரில் பார்த்ததில்ல. சாட்டிலைட் மூலமா இந்த மீன்களைத் தொடர்ந்து கண்காணிப்பதிலும் நிறைய நடைமுறைச் சிக்கல் இருக்கு. இந்த அம்மணி உளுவைகள் கடல் பரப்பில் நெடுந்தூரம் வலசை போகக்கூடியவையாவும், அதிக ஆழத்தில் நீந்துபவையாவும் இருக்கின்றன. அதனால், இந்த மீன்கள் பற்றி ஆராய்ச்சி செய்யணும்னா ஒரே நேரத்தில் ஆழத்திலும் தூரத்திலும் இயங்கக்கூடிய கருவிகள் நமக்குத் தேவை. அதனால, இப்போதைக்கு இவ்வளவு தகவல்களைத்தான் மனிதர்களால தெரிஞ்சுக்க முடிஞ்சிருக்கு'' என்று அருணா விளக்கினார்.

''நான் வளர்ந்து பெரிய விஞ்ஞானியானதும் இதுக்கான கருவிகளைக் கண்டுபிடிப்பேன்'' என்றாள் ரக்ஷா.

''நேத்து வக்கீல் ஆகப்போறேன்னு சொன்னியே?'' என்றான் செந்தில். ''அது நேத்திக்கு'' என்று ரக்ஷா பதில் அளிக்க, எல்லாரும் சிரித்தார்கள்.

நீர்மூழ்கியைச் சுற்றி வந்துகொண்டிருந்த அம்மணி உளுவை, மெல்ல நீந்தி மறுபக்கம் சென்றது.

10

 கடலின் பொறியாளர்கள்!

நாட்டிலஸ் நீர்மூழ்கி வேகமாகச் சீறிப்பாய்ந்து ஜப்பான் கடல் பகுதிக்குச் சென்று நின்றது. மணல் நிறைந்த அந்தக் கடல் பகுதியில் ஆங்காங்கே காணப்பட்ட நண்டுகளையும் திருக்கை மீன்களையும் நீர்மூழ்கிக்குள் இருந்த ரோசி, செந்தில், ரக்ஷா ஆகிய மூவரும் வேடிக்கை பார்த்தனர்.

"அதோ பாருங்க" என்று ரோசி கைகாட்டினாள்.

அங்கே கடல் தரையில் வட்டவட்டமாக மணலால் அழகான வடிவங்கள் உருவாக்கப்பட்டிருந்தன.

"இந்த அழகான வடிவங்களை உருவாக்கிய பொறியாளர் இப்போ வருவார்" என்று ஆராய்ச்சியாளர் அருணா சொல்ல, எல்லாரும் ஆர்வமாகக் காத்திருந்தனர்.

அங்கு வந்த சிறிய மீன், தன்னுடைய வாலால் மணலைச் சிலுப்பியது.

"அடடா, இந்த மீன் வட்டத்தைக் கலைக்குதே" என்று வருத்தப்பட்டாள் ரக்ஷா.

"இல்லையே, வட்டத்தை உருவாக்கியதே அந்தச் சின்ன மீன்தான்" என்று அருணா சொல்ல, எல்லாரும் "அப்படியா!" என்று ஒரே குரலில் ஆச்சரியப்பட்டனர்.

அருணா கைகாட்ட, தன்னுடைய வால் துடுப்பு, பக்கவாட்டுத் துடுப்புகளால் மெல்ல மணலைச் சிலுப்பி அந்த மீன் மேடுகளையும் பள்ளங்களையும் உருவாக்குவதை மூவரும் பார்த்து ரசித்தனர்.

"இந்த வட்டம் பெருசா இருக்கும்போல! ஒரு சின்ன மீன், துடுப்புகளை மட்டும் அசைச்சு இந்த வட்டத்தை உருவாக்கியிருக்கே" என்றாள் ரக்ஷா.

“ஆமாம், இந்த வட்டம் கிட்டத்தட்ட ஆறரை அடி விட்டம் கொண்டது. இந்த மீனோட நீளம் பத்து சென்டிமீட்டர்தான். சுமார் 10 நாள்கள் உழைச்சு இந்த வட்டத்தை உருவாக்கியிருக்கு. இது பலூன்மீன் (Pufferfish) இனத்தைச் சேர்ந்தது. இதைப் பேத்தை, பெலாசின்னு தமிழ்ல சொல்வோம். இந்த மீன் இனத்தில், ஜப்பானில் காணப்படும் ஒருவகை வெண்புள்ளி பேத்தை இதே மாதிரி மணலில் கூடு கட்டும்” என்றார் அருணா.

“இந்த மீன் இனத்தைப் பத்தி எனக்குக் கொஞ்சம் தெரியும். இது ஆபத்து வரும்போது வயிற்றில் காற்று இல்லைனா கடல்நீரை நிரப்பி, பலூன் மாதிரி உருண்டையா ஆகிடும். இது விஷமுள்ள மீன் இனம்னு சொல்வாங்க” என்றான் செந்தில்.

“ஆமாம், இதில் ஒவ்வொரு இனத்துக்கும் விஷத்தன்மை மாறுபடும். ஆபத்து வரும்போது இந்த மீன்கள் பலூன் மாதிரி உப்புவதால், வேட்டையாடி மீன்களால் இந்த மீன்களைக் கடிச்சு சாப்பிட முடியாது” என்றார் அருணா.

“பேத்தை மீன் எதுக்கு மணல்ல இப்படி வட்டம் போடுது? ” என்று ரக்ஷா கேட்க, “இரு, நான் சொல் றேன். இது ஒரு கூடுன்னு நினைக்கிறேன். பெண் மீன்கள் வந்து இந்தக் கூட்டைப் பார்த்து, கூடு பிடிச்சிருந்தா ஆண் மீனோட இணை சேரும். பறவை இனங்கள்ல அப்படித்தானே நடக்குது! நான் சொல்றது சரியா?” என்று அருணாவை ஆர்வமாகப் பார்த்தாள் ரோசி.

“மிகவும் சரி” என்று புன்னகையுடன் அருணா சொல்ல, மற்ற இருவரும் கைதட்டினார்கள். ரோசி குனிந்து கைகூப்பி நன்றி சொன்னாள்.

“வழக்கமாகக் கடலுக்குள் ஆராய்ச்சி செய்பவர்கள், டைவிங் போகும் ஆர்வலர்கள்னு நிறைய பேர் இந்த வட்டங்களைப் பார்த்திருக்காங்க. முதன்முதலில் 1995ஆம் வருடமே இந்த வட்டங்களைப் பார்த்தாச்சுனாலும் யார் இந்த வட்டங்களை உருவாக்குனது என்பது நமக்குத் தெரியாமலேயே இருந்தது. 2013ஆம் வருடம்தான் பேத்தை மீன் உருவாக்கும் கூடு இது என்பது கண்டறியப்பட்டது” என்றார் அருணா.

“இந்த வட்டத்தோட நடுப்பகுதியில் பெண் மீன் முட்டை போடுமா?” என்றான் செந்தில்.

"ஆமாம், இந்த வட்டத்தின் மேடான பகுதிகள்ல எல்லாமே மென்மையான, சிறிய துகள் கொண்ட மணல் இருக்கும்படி ஆண் மீன் வடிவமைச்சிருக்கும். மத்தியில் இருக்கும் அழகான மேட்டுப் பகுதியில் பெண் மீன் முட்டை இடும். ஆண் மீன் அந்த முட்டைகளை ஒரு வாரம் வரை அடைகாக்கும். குஞ்சு பொரிஞ்சு வந்ததும் இந்த வட்டமான

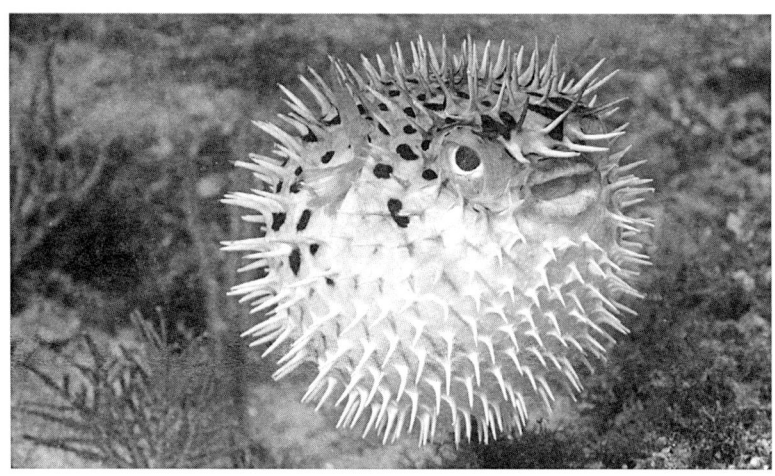

கூட்டிலிருந்து எல்லாம் புறப்பட்டு போயிரும்'' என்று விளக்கினார் அருணா.

“ஓ... பெண் மீனைக் கவர்வது மட்டுமில்லாம முட்டைகளைப் பாதுகாக்கவும் இது பயன்படுதா?'' என்றாள் ரக்ஷா.

“ஆமாம், பார்ப்பதற்கு இது சும்மா கடல்வெளியில் இருக்கும் மணல் வட்டம் போலத் தெரியும். ஆனா, இந்தக் கூட்டை ஆராய்ச்சி செய்த விஞ்ஞானிகள், மேடு பள்ளமா மணல் இருப்பது அழகுக்காக மட்டுமில்ல, அதில் ஒரு காரணம் இருக்குன்னு கண்டுபிடிச்சிருக்காங்க.மேடு பள்ளமா மென்மையான மணல் துகள்கள் இருப்பதால, இங்கு கடல் நீர் சுழன்று பயணிக்கும் விதமே மாறுபடும். குறிப்பா இதோட நடுப்பகுதியில், அதாவது முட்டைகள் இருக்கும் இடத்தில், கடல்நீரின் வேகம் 25 சதவீதம் குறைவா இருக்கும். அதற்கு இந்தக் கூடு அமைப்புதான் காரணம். கடல்நீரின் வேகம் குறைவு என்பதால் முட்டைகள் நீரில் அடித்துச் செல்லப்படுவதும் குறையுது'' என்று விரிவாகப் பேசினார் அருணா.

“வரைபடம், பெரிய கருவிகள், கைகூட இல்லாமல் இந்த மீன்கள் இவ்வளவு அழகான வட்டங்களை உருவாக்குவது பெரிய விஷயம்தான்'' என்றான் செந்தில்.

இவர்களைக் கண்டுகொள்ளாமல் அந்தச் சிறிய மீன் நடுப்பகுதியில் கிடந்த சிறிய பாசிகளைத் தள்ளிவிட்டு, மீண்டும் துடுப்புகளால் மேட்டுப் பகுதியைச் சரிசெய்து அழகுபடுத்த ஆரம்பித்தது. நாட்டிலஸ் நீர்மூழ்கி ஓசையின்றி விலகிச் சென்றது.

11

கடல் முள்ளெலிகளுக்கு வேட்டையாடிகள் உண்டா?

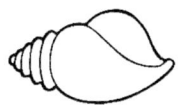

வேகமாக வந்த நாட்டிலஸ் நீர்மூழ்கி, இந்தோனேசியாவின் பவளத்திட்டுகள் அருகில் நின்றது. கண்ணாடியைப் போன்ற கலங்காத நீரில் எல்லா உயிரினங்களும் அழகாகத் தெரிந்தன.

“இதுக்கு நீர்மூழ்கிகூடத் தேவை இல்லை, ஹெலிகாப்டர்ல இருந்தே பவளத்திட்டுகளைப் பார்க்கலாம்போல! தண்ணீர் அவ்வளவு தெளிவா இருக்கே” என்று ஆச்சரியப்பட்டாள் ரோசி.

வண்ண மீன்கள் அங்கும் இங்கும் நீந்திக்கொண்டிருக்க, திட்டு இடுக்கில் முள்களோடு ஓர் உயிரி கிடந்தது.

"இதைப் பார்க்கத்தான் வந்திருக்கோம், இதன் பெயர் கடல் மூரை (Sea Urchin)" என்றார் அருணா.

"நல்ல பேருதான். சில நேரம் பெரிய புலிகள்கூட முள்ளம்பன்றிகள்கிட்ட ஜாக்கிரதையா நடந்துக்கும்னு படிச்சிருக்கோம். இது கடல் முள்ளம்பன்றிபோல! யாராலும் நெருங்கவே முடியாதா?" என்றான் செந்தில்.

"இந்த முள்கள் பாதுகாப்பு தரும் என்பது உண்மைதான். ஆனா, கடல் மூரையையும் விரும்பிச் சாப்பிடும் உயிரினங்கள் இருக்கும்தானே?" என்று சந்தேகமாகக் கேட்டாள் ரக்ஷா.

"அதைத்தான் தெரிஞ்சிக்கப் போறோம். கவனமா பாருங்க" என்று அருணா சொல்ல, கடல் மூரையை நெருங்கி வந்தது பெரிய கிளாத்தி மீன் (Triggerfish) ஒன்று.

"அது சரி, இந்த மீன் வாயைப் பக்கத்துல கொண்டு போனாலே முள் குத்திடும். இது எப்படி மூரையைச் சாப்பிடும்?" என்று கிண்டலாகக் கேட்டான் செந்தில்.

அருணா புன்னகை செய்தபடி இருந்தார். மெதுவாக மூரையை நெருங்கிய கிளாத்தி மீன், ஒவ்வொரு முள்ளாக வாயாலேயே பிடுங்கி உடைத்தது. பிறகு வாயாலும் மூக்காலும் நெட்டித் தள்ளி, மூரையைக் குப்புறப் புரட்டியது. மூரையின் வயிற்றுப் பகுதியில் ஓர் ஓட்டை இருந்தது. அந்த ஓட்டையில் வாயை வைத்து, உள்ளிருந்த சதையை உறிஞ்சியது!

கிட்டத்தட்ட நான்கு நிமிடங்களுக்கு மேல் நடந்த இந்த வேட்டையை மூவரும் ஆச்சரியமாகப் பார்த்தனர்.

"சூப்பர்! எப்படி இவ்வளவு திறமையா சாப்பிடுது?" என்றாள் ரோசி.

"கொஞ்சம் இருங்க" என்றபடி நீர்மூழ்கியை இன்னும் சிறிது தொலைவு செலுத்தினார் அருணா. அங்கு வேறு ஒரு கடல் மூரையைக் கடல் நட்சத்திரம் ஒன்று நெருங்கிக்கொண்டிருந்தது.

"இதுவும் அதே மாதிரிதான் சாப்பிடுமா?" என்று செந்தில் கேட்க, "இல்ல இல்ல, அதோ பாரு" என்று ரக்ஷா கைகாட்டினாள்.

முதலில் அந்தக் கடல் நட்சத்திரம் முள்களைக் கண்டுகொள்ளாமல் மூரையின் மேல் படுத்துக்கொண்டது. தன்னுடைய ஐந்து கரங்களாலும் மூரையை அது இறுக்கமாகப் பிடித்துக்கொண்டதுபோலத் தோன்றியது.

"என்ன நடக்குது?" என்று மூவரும் ஒரே குரலில் கேட்டார்கள்.

"வயிற்றுக்கு வெளியிலேயே இப்போ ஜீரணம் நடந்துகிட்டு இருக்கு.

கடல் நட்சத்திரம் தன்னுடைய குடலில் இருக்கும் ரசாயன திரவத்தை வெளியில் செலுத்தி, மூரையை மொத்தமாகக் கரைக்குது! பிறகு கரைஞ்ச சத்துகளை உறிஞ்சிடும்" என்று விளக்கிய அருணா, நீர்மூழ்கியை ஆழம் குறைவான பகுதிக்குச் செலுத்தினார்.

அங்கு இருந்த ஒரு மூரையை ஆலா (Sea gull) என்கிற கடல்பறவை வேட்டையாடிக்கொண்டிருந்தது! தன்னுடைய கடினமான அலகால் முள்களையும் ஓட்டையும் உடைத்து, மூரையின் சதையைச் சாப்பிடத் தொடங்கியது. "அட! இத்தனை விதமான வேட்டை உத்திகள் இருக்கா?" என்றாள் ரோசி.

"இதோ பாருங்க, இது கலிபோர்னியாவில் நடக்கும் வேட்டை" என்று நீர்மூழ்கிக்குள் ஒரு காணொளியை ஓடவிட்டார் அருணா. அதில், சில கடல்நாய்கள் (Sea otters), ஊதா நிறத்தில் இருந்த மூரைகளை வேட்டையாடும் காட்சி தெரிந்தது. தங்களது உள்ளங்கைகளால் கடல் மூரை முள்களை ஒருபக்கம் ஒதுக்கிய கடல்நாய்கள், முள் இல்லாத பக்கத்தைப் பக்கவாட்டில் கடித்துச் சாப்பிட்டன. "இந்தக் கடல்நீர்நாய்கள் கடல் மூரைகளை விரும்பிச் சாப்பிடும் என்பதால், காலப்போக்கில் இதுங்களோட பற்களில் ஊதா சாயம் ஒட்டிக்கும்" என்றார் அருணா.

"முதல்ல ரக்ஷா சொன்னதுதான் சரி. முள்கள் நிறைந்த உயிரினமா இருந்தாலும், அந்த முள்களையும் தாண்டி கடல் மூரைகளை வேட்டையாடும் உயிரினங்கள் உண்டு. பரிணாம வளர்ச்சியில் ஒவ்வொரு வேட்டையாடியும் கடல் மூரைகளின் முள்களைச் சமாளிக்க ஒவ்வொரு வித்தையை வெச்சிருக்கும். கடல் மூரைகள் வேகமா வளரக்கூடியவை என்பதால், இதுபோன்ற வேட்டையாடிகள் இல்லைன்னா அவற்றின் எண்ணிக்கை அதிகமாகிடும். அது சூழலோட சமநிலையைக் குலைச்சிடும்" என்று அருணா விளக்கம் கொடுத்தார்.

"முள் இருக்கும் மூரையைக்கூட வேட்டை உயிரினங்கள் சுலபமா சாப்பிடுது, நீ என்னடான்னா சின்ன ஆரஞ்சுப்பழத்தை உரிக்க முடியாம என்கிட்ட கொடுத்தியே" என்று ரோசி கிண்டலடித்தாள். "நகத்தை வெட்டியிருந்தேன், அதான்" என்று செந்தில் சொல்ல, கடல்நாய்களுக்கு நகம் எவ்வளவு பெரிதாக இருக்கும் என்று மூவரும் விவாதிக்கத் தொடங்கினார்கள். நீர்மூழ்கி மெல்ல வேகம் எடுத்தது.

12

முறிந்த கை மீண்டும் வளரும்!

வேகமாகச் சீறிப்பாய்ந்த நாட்டிலஸ் நீர்மூழ்கி, ஆஸ்திரேலியாவின் பெரும் பவளத்திட்டுக்கு அருகே வந்து நின்றது. மூவரும் பவளத்திட்டின் ஒரு மூலையில் நிதானமாக நீந்திக்கொண்டிருக்கும் பேராமையை ரசித்தனர்.

"அதோ, கடல் நட்சத்திரம்" என்று கைகாட்டினாள் ரக்ஷா.

அங்கே கிட்டத்தட்ட ஓர் அடி விட்டத்தில், முள்கள் நிறைந்த பெரிய கருஞ்சிவப்பு கடல் நட்சத்திரம் இருந்தது.

"இதுக்கு நிறைய கைகள் இருக்கும்போல, இந்தப் பக்கம் ஆறு... அந்தப் பக்கம் ஏழு..." என்று கழுத்தை வளைத்து எண்ணினான் செந்தில்.

"இதை எண்ணி முடிக்க உனக்கு இவ்வளவு நேரமா? மொத்தம் 21 கை" என்றாள் ரோசி.

"இது முள்கிரீட நட்சத்திரம் (*Crown of Thorns Sea star*). இது ஆஸ்திரேலியாவில் நிறைய இருக்கும். இந்தியப் பெருங்கடலில்கூடப் பார்க்கலாம்" என்றார் அருணா.

"முள் நீளமா இருக்கு" என்று ரோசி சொல்ல, "ஆமாம், இதன் ஒவ்வொரு முள்ளுமே 4 சென்டிமீட்டர் நீளம் இருக்கும். சரி, சரி கவனிங்க" என்று அருணா சொன்னார். முள்கிரீட நட்சத்திரம் நகர்வதை அனைவரும் பார்த்தார்கள்.

நீர்மூழ்கியிலிருந்து சீறியபடி புறப்பட்ட சிறிய ரோபாட் கேமரா, அங்கே நடப்பதைத் துல்லியமாகப் படம் எடுத்து, நேரலையாக நீர்மூழ்கிக்குள் அனுப்பியது.

மெதுவாக நகர்ந்த முள்கிரீட நட்சத்திரம், ஒரு பவள உயிரியின் மேல் அமர்ந்துகொண்டது. அது நகரும்போதெல்லாம் ஒன்றன்பின் ஒன்றாக

ட்ரைட்டன் சங்கு

முள்கிரீட நட்சத்திரத்தின் குழல் கால்கள் (Tube Feet) முன்னேறுவது ரோபாட் கேமராவில் தெரிந்தது.

அனைவரும் பார்த்துக்கொண்டிருந்தபோதே, முள்கிரீட நட்சத்திரம் பவள உயிரியை இறுக்கிப் பிடித்தது. பவள உயிரியின்மீது அதன் வயிற்றுப் பகுதிக்குள்ளிருந்து வந்த திரவம் பீய்ச்சி அடிக்கப்பட்டது. அடுத்த முப்பது நிமிடங்களில் முள்கிரீட நட்சத்திரம் கொஞ்சம் கொஞ்சமாகப் பவள உயிரியை உறிஞ்சியது. அது இறங்கியபோது பவள உயிரியின் அந்தப் பகுதியே நிறம் இழந்து வெளிறிப் போயிருந்தது.

“என்ன நடந்தது!” என்று ஆச்சரியப்பட்டாள் ரோசி.

“இந்த முள்கிரீட நட்சத்திரம் பவள உயிரியோட மொக்குகளை (Polyps) ஜீரணத் திரவங்கள் மூலமாகக் கரைத்து, உறிஞ்சிவிட்டுப் போகிறது. அடுத்த சில நாள்களில் இந்தப் பவள உயிரி முழுமையாக நிறமிழந்து, இறந்துவிடும். இதன் மேல் பாசி படர்ந்துடும்” என்றார் அருணா.

“வேகமாகச் சாப்பிடுதே” என்று செந்தில் கேட்க, “ஆமாம். ஒரு முள்கிரீட நட்சத்திரம் சராசரியாக ஒரே நாளில் 60 சதுர செண்டிமீட்டர் பவளத்திட்டைச் சாப்பிடும்! ஆண்டுக்கு 65 சதுர அடி பவளத்திட்டைத் தின்று முடிக்கும்” என்றார் அருணா.

“பவளத்திட்டுகள் உருவாகவே பல ஆண்டுகள் ஆகும். இப்படி வேகமாக இரையானால் எப்படிப் பவளத்திட்டைப் பாதுகாக்க முடியும்?” என்று ரக்‌ஷா கேட்டாள்.

“இயற்கை அப்படி எல்லாம் விட்டுடுமா? இந்த முள்கிரீட நட்சத்திரத்துக்கும் வேட்டையாடிகள் இருக்கும். அதுதான் சமநிலை” என்றான் செந்தில்.

“ரொம்ப சரி. அங்கே பாருங்க” என்று அருணா கைகாட்ட, முள்கிரீட நட்சத்திரத்துக்கு அருகில் பெரிய சங்கு நத்தை ஊர்ந்துவந்தது. நத்தையைக் கண்டதும் அங்கிருந்த ஒன்றிரண்டு முள்கிரீட நட்சத்திரங்கள் நகர்ந்தன.

“இது ட்ரைட்டன் சங்கு (*Triton Trumpet*). முள்கிரீட நட்சத்திரத்தைத் தன்னுடைய கூர்மையான வயிற்றுப்பல்லால் வேட்டையாடிச் சாப்பிடும். ஒருவகை கிளிமீனும் முள்கிரீட நட்சத்திரத்தை வேட்டையாடும்” என்றார் அருணா.

“அப்பாடா, பவளத்திட்டுத் தப்பிச்சது” என்றாள் ரோசி.

“அவசரப்படாதீங்க” என்று ஒரு காணொளியை ஓடவிட்டார் அருணா. “இதில் ஆயிரக்கணக்கான முள்கிரீட நட்சத்திரங்கள் இருக்கு பார்த்தீங்களா? ஆஸ்திரேலியாவில் இது ஒரு பெரிய பிரச்சினையா இருக்கு. நத்தைகளை அழகுக்காகச் சுற்றுலா பயணிகள் சேகரிப்பது, கிளிமீன்கள் அளவுக்கு அதிகமாகப் பிடிக்கப்படுவது, மாசு போன்ற காரணங் களால வேட்டையாடிகளோட எண்ணிக்கை குறைந்துவிட்டது. வேட்டையாடிகள் இல்லாமல் முள்கிரீட நட்சத்திரங்களின் எண்ணிக்கை அதிகரிக்குது, இது பவளத்திட்டுகளுக்கே ஆபத்தாக முடியுது” என்றார் அருணா.

“முள்கிரீட நட்சத்திரம் கையை இழந்தாலும் திரும்ப கை முளைச்சிடுமே! என்னதான் தீர்வு?” என்றான் செந்தில்.

“ஆமாம். இந்த ட்ரைட்டன் சங்குகள், கிளிமீன்களின் எண்ணிக்கையை எப்படிப் பழையபடி மீட்பது என்று விஞ்ஞானிகள் ஆராய்ச்சி நடத்துகிறார்கள். 2015இல் இந்த முள்கிரீட நட்சத்திரங்களை மட்டுமே அழிக்கும் ஒரு சிறு ரோபாட்கூட உருவாக்கப்பட்டது” என்றார் அருணா.

“சூப்பர்! ரோபாட் நண்பனின் துணையோட ஒரு சூப்பர் ஹீரோ பவளத்திட்டுகளைக் காப்பாத்துற மாதிரி நான் ஒரு கதை எழுதப் போறேன்” என்றாள் ரக்ஷா.

சூப்பர் ஹீரோவுக்கு என்ன பெயர் வைக்கலாம் என்று மூவரும் சண்டையிட, நீர்மூழ்கி மெல்லப் புறப்பட்டது.

13

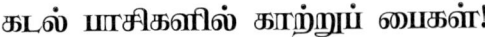

கடல் பாசிகளில் காற்றுப் பைகள்!

கலிபோர்னியாவின் கடற்பகுதிக்கு வந்து சேர்ந்த நாட்டிலஸ் நீர்மூழ்கி, வேகத்தைக் குறைத்துக்கொண்டது. நல்ல வெயில் என்றாலும் சூரிய ஒளி தெரியாதபடி பிரம்மாண்டமான தாவரங்கள் கடல் தரையிலிருந்து மேற்பரப்பு வரை அடர்த்தியாகக் காணப்பட்டன.

“அட, கடல் காடு” என்றாள் ரோசி.

“ஆனா, இந்தத் தாவரங்கள் மங்கிய பச்சையும் பழுப்புமா இருக்கே... பசுமையா இல்லையே” என்றாள் ரக்ஷா.

“தண்ணிலேயே ஊறுவதால் அழுகிப் போயிருக்குமோ? இல்லையே... கடல்புல் பச்சையாகத்தானே இருக்கு?” என்றபடி அருணாவை ஏறிட்டுப் பார்த்தான் செந்தில்.

“இவையெல்லாம் வழக்கமான செடிகள் அல்ல, பாசிகள். குறிப்பா சொல்லணும்னா பழுப்புப் பாசிகள் (*Brown Algae*). நாங்க இதை கெல்ப்னு (*Kelp*) சொல்வோம். கெல்ப்பில் 30க்கும் மேற்பட்ட பேரினங்கள் இருக்கு. அவற்றில் பல இனங்கள் ரொம்ப வேகமா, உயரமா வளரக்கூடியவை. அப்படிப்பட்ட இனங்கள் ஒரே இடத்தில் ஒன்னா வளரும்போது இதுபோன்ற கெல்ப் காடுகள் உருவாகும். கெல்ப் காடுகள் உயிர்ச்சத்து நிறைந்த குளிரான கடல் பகுதிகளில்தாம் அதிகமாக இருக்கும்” என்றார் அருணா.

“காடுனா காட்டு விலங்குகளும் இருக்குமே” என்று ரோசி கேட்க, “அதோ பாரு” என்று கைகாட்டினான் செந்தில்.

தொலைவில் சில கடல் சிங்கங்கள் நீந்திக்கொண்டிருக்க, அவற்றைக் கடந்துபோனது ஒரு பெரிய மீன் கூட்டம்.

“இருங்க” என்று கேமரா வைத்த ரோபாட்டை, கெல்ப் காட்டுக்குள்

அனுப்பினார் அருணா. கேமராவில் பளீர் ஆரஞ்சு நிறத்தில் கரிபால்டி மீன்கள், நண்டுகள், பல கைகள் கொண்ட கடல் நட்சத்திரங்கள், சிப்பிகள், அயிலை மீன்கள், கிளிஞ்சல்கள், கடல்பரட்டைகள், இறால்கள் என்று எல்லாவற்றையுமே பார்க்க முடிந்தது.

கேமராவில் தெரிந்த பாசியின் இலை போன்ற பகுதியை உற்றுப் பார்த்த செந்தில், "அட, இது என்ன உருண்டையா இருக்கு! கெல்ப் பழமா? சாப்பிட்டா சுவையா இருக்குமா?" என்றான்.

சிரித்த அருணா, "இது காற்றுப்பை (*Gas Bladder*). கெல்ப் தாவரங்கள் கீழிருந்து மேல் வரை இருப்பதால, இலைப் பகுதிகளைச் சூரிய ஒளி இருக்கும் கடற்பரப்பில் மிதக்க வைக்க இயற்கை செய்திருக்கும் ஏற்பாடு. இலைகள் மேலே இருந்தால்தானே ஒளிச்சேர்க்கை நடக்கும்?" என்றார்.

"நீச்சல் குளத்தில் மிதப்பதற்குக் காற்று வளையம் ஒன்னு தருவாங்களே, அது மாதிரி" என்றாள் ரக்ஷா.

"அம்மாடி! இந்தப் பாசிகள் எவ்வளவு பெருசா இருக்கு! அதுங்களுக்கு முன்னாடி கடல்நாய், கடல்சிங்கமெல்லாம்கூட சின்னதாதான் தெரியுது" என்றாள் ரோசி.

"ஆமாம், கெல்ப் பாசிகள் 100 முதல் 200 அடி உயரம் வரைகூட வளரும். நல்ல சூழல் இருந்தா ஒரு நாளைக்கு இரண்டு அடி வளரும்" என்று அருணா சொல்ல, இரண்டு அடி எப்படி இருக்கும் என்று கையால் அளந்து பார்த்த மூவரும் ஆச்சரியப்பட்டார்கள்.

"நானும் இதே வேகத்தில் வளர்ந்தா எவ்வளவு நல்லா இருக்கும்?" என்றாள் ரக்ஷா. எல்லாரும் சிரித்தார்கள்.

"இவை அடர்த்தியான காடுகளை உருவாக்குவதால், கெல்ப் பாசிகளை, 'சூழல் பொறியாளர்கள்'னு (Ecosystem Engineers) சொல்வாங்க. நிலத்தில் உள்ள மழைக்காடுகளில் இருப்பதுபோலவே கெல்ப் காடுகளிலும் ஒவ்வொரு அடுக்கிலும் உயிரிகள் இருக்கும். கெல்ப் காடுகள் நீரின் வேகத்தைக் குறைத்து, ஒளிந்துகொள்ள இடமும் தரும் என்பதால் பல உயிரிகளின் குஞ்சுகள் இங்கேதான் வளரும். சராசரியா ஒரு கெல்ப் காட்டில் ஒரு சதுர மீட்டர் பரப்பளவில் 1 லட்சம் முதுகெலும்பற்ற உயிரிகள் இருக்குமாம்" என்றார் அருணா.

"நிலத்தில் காடுகள் அழிஞ்சிட்டு வரும் இந்த நேரத்தில் கடல் காடுகளாவது செழிப்பா இருக்கே" என்று பெருமூச்சு விட்டாள் ரோசி.

"இல்லை, நீங்க பார்ப்பது நல்ல நிலையில் இருக்கும் ஒரு கெல்ப் காடு. இது ஒரு அரிதான காட்சியா மாறிடுச்சு. உலகில் கடந்த 50 ஆண்டுகளில் பெரும்பாலான கெல்ப் காடுகள் அழிஞ்சுபோச்சு. மீதமிருக்கும் கெல்ப் காடுகளும் வருடத்துக்கு இரண்டு சதவீதம் அழிந்துகொண்டே வருவதாகக் கண்டுபிடிச்சிருக்காங்க" என்றார் அருணா.

"ஐயோ... அவ்வளவு ஆபத்தா... அந்த கேமரா ரோபாட் கெல்ப் பாசியைக் கொஞ்சம்கூடக் கிழிச்சிடாம நாம அதைக் கவனமா செலுத்தலாம். இருக்கும் கெல்ப் காடுகளை நாம்தானே பாதுகாக்கணும்" என்று செந்தில் கவலையோடு சொன்னான்.

மீதி இருவரும் தலையாட்ட, கேமரா ரோபாட் திரும்பி வந்தவுடன் நீர்மூழ்கி மெதுவாகப் புறப்பட்டது.

14

நிறம் மாறும் தோட்டுக்கணவாய்!

நாட்டிலஸ் நீர்மூழ்கி இந்தோனேசியாவுக்கு அருகில் உள்ள ஒரு பவளத்திட்டுக்குள் நுழைந்தது. "பவளத்திட்டுகளை எத்தனை தடவை பார்த்தாலும் அலுக்கவே இல்லை. யானை, கடல், ரயில்னு பார்க்கப் பார்க்கத் திகட்டாத விஷயங்களின் பட்டியலில் பவளத்திட்டையும் சேர்க்கணும்" என்றாள் ரோசி.

"இதோ இந்தத் திறமையான விலங்கைப் பார்க்கத்தான் இங்க வந்திருக்கோம்" என்று காட்டினார் அருணா.

"அட, இதைத் தோட்டுக்கணவாய்னு (Cuttlefish) சொல்வாங்க. ஆக்டோபஸ் குடும்பத்தைச் சேர்ந்தது. பத்துக் கை இருக்கு பாரேன்" என்றான் செந்தில்.

"இது எப்படி வேட்டையாடுதுன்னு பாருங்க" என்றார் அருணா.

பவளத்திட்டில் ஓர் இடுக்கான பகுதிக்குள் நீந்திய தோட்டுக்கணவாய்,

மெல்ல பழுப்பு நிறத்திலிருந்து சுற்றியுள்ள கடற்பஞ்சுகளுக்கு ஏற்றவாறு மஞ்சள் நிறத்துக்கு மாறியது! பிறகு கடற்பஞ்சுகளுக்கு நடுவில் புகுந்து அசையாமல் நின்றது. சட்டென்று பார்த்தால் அதை யாராலும் கண்டுபிடிக்கவே முடியாது. அடுத்த சில நொடிகளில் கடல் தரையிலிருந்து ஒரு நண்டு வெளியே வந்தது. நொடிப்பொழுதில் அதைத் தன்னுடைய வாயில் போட்டுக்கொண்டது தோட்டுக்கணவாய். உணவு கிடைத்த மறுகணம் மீண்டும் பழையபடி பழுப்பு நிறத்துக்குத் தோட்டுக்கணவாயின் உடல் நிறம் மாறியது.

எல்லாரும் ஆச்சரியத்துடன் பார்த்துக்கொண்டிருந்தனர்.

"வேட்டையாட மட்டுமில்ல, பெரிய விலங்குகளிடமிருந்து தப்பிக்கவும் இந்த உரு மறைப்பு (Camouflage) பயன்படும்" என்றார் அருணா.

"அதோ அடுத்த வேட்டை" என்று பரபரப்பான ரக்ஷா, "ஆனா, இந்த நண்டு ஏற்கெனவே கணவாயைப் பார்த்துடுச்சு. எப்படி வேட்டை நடக்கும்?" என்றாள்.

நண்டுக்கு அருகில் வந்த தோட்டுக்கணவாய், நான்கு கைகளைத் தலைக்கு மேல் தூக்கியது. இரண்டு கைகளைப் பக்கவாட்டில் விரித்துக்கொண்டது. மெல்ல அதன் நிறம் வெளிறியது. வெள்ளை நிறத்துக்கு உடல் மாறியவுடன், தூக்கிய கைகளை முன்னோக்கி நீட்டியது. பக்கவாட்டில் இரண்டு கைகளும் விமான இறக்கைகள்போல விரிந்திருக்க, அதன் உடல் வண்ணம் மாறத் தொடங்கியது! பட்டை பட்டையாக அடர் பழுப்பும் கறுப்பும் மாறிமாறித் தெரிந்தன. சீரியல் விளக்குகள் விட்டுவிட்டு எரிவதுபோல, கறுப்பு, பழுப்பு, வெள்ளை ஆகிய நிறங்கள் அதன் உடல் முழுவதும் பயணித்தன!

நண்டு அப்படியே ஆடாமல் அசையாமல் நின்று கொண்டிருந்தது. நெருங்கிய தோட்டுக்கணவாய், அதை எளிதாகப் பிடித்துச் சாப்பிட்டது.

"ஆ... இது என்ன? ஏதோ மாயாஜாலம் மாதிரி இருக்கே" என்றாள் ரோசி. மற்ற இருவரும் ஆச்சரியத்துடன் ஆமாம் என்று தலை அசைத்தனர்.

"இது ஒரு வகையான அறிதுயில் (Hypnosis) நிலை. மாறிமாறி நிறங்கள் வருவதால், அதைப் பார்க்கும் நண்டு அப்படியே திகைச்சு நின்னுடும். அந்த வாய்ப்பைப் பயன்படுத்தி தோட்டுக்கணவாய் வேட்டையாடும். பெரிய இரையைப் பிடிக்க தோட்டுக்கணவாய்கள் பயன்படுத்தும் உத்தி இது. தோட்டுக்கணவாய்களின் மேல் தோலில், நிறமிகள் நிறைந்த செல்கள் இருக்கும். தோலின் முதல் அடுக்கில் நிறம் தரும் Chromatophore செல்கள், இரண்டாவது அடுக்கில் பளபளப்பு தரும் Iridiophore செல்கள், மூன்றாவது அடுக்கில் ஒளியைப் பிரதிபலிக்கும் leucophore செல்கள் இருக்கும். இந்த செல்கள் எல்லாமே சிறு

நரம்புகளோடு பிணைக்கப்பட்டிருக்கும். நரம்புகள் தூண்டப்படும்போது வெவ்வேறு செல்களுக்கு உயிர்ப்பு வரும். அதன் மூலம் தோலில் நிறங்கள் உருவாகும். ஒரு அழி ரப்பர் அளவு உள்ள தோட்டுக்கணவாயின் தோலை எடுத்துப் பார்த்தால், மேல் அடுக்கில் மட்டுமே 200 செல்கள் தெரியும். இதன்மூலம்தான் நிறமாற்றம் நடக்குது'' என்றார் அருணா.

“இரையைக் கவர்ந்து பக்கத்தில் வரவெச்சு வேட்டையாடுவது, இரைக்குத் தெரியாமலே அதை நெருங்கி வேட்டையாடுவது, இரையைத் துரத்தி அது சோர்வடையும்போது தாக்குவதுனு படிச்சிருக்கேன். ஆனா, இப்படி மாயாஜாலம் செய்து வேட்டையாடுவது ரொம்பப் புதுசா இருக்கு'' என்றான் செந்தில்.

“இது மட்டுமில்ல, வழக்கமா கணவாய்கள் எதிரிகள்கிட்டேயிருந்து தப்பிக்கணும்னா மை மாதிரியான திரவத்தைத் துப்பி எதிரிகளைக் குழப்பும்னு படிச்சிருக்கோமே'' என்று அருணா கேட்க, “ஆமாம், அது கண்ணீர்ப்புகை குண்டு மாதிரின்னு என் அறிவியல் ஆசிரியர் சொன்னாங்க'' என்றாள் ரோசி.

“ஆமாம், கிட்டத்தட்ட அப்படித்தான். ஒருவகை தோட்டுக்கணவாய், இந்த மையோட சேர்த்து கோழை மாதிரி ஒரு திரவத்தையும் சுரக்குமாம். பிறகு கையை நீட்டி, அதைக் கணவாய் மாதிரியே உருவாக்குமாம். மையால் உருவான இந்தப் போலி கணவாயை எதிரிகள் வேட்டையாடும்போது, அந்த இடைவெளியில் இது தப்பிக்குமாம்'' என்றார் அருணா.

“கைவசம் நிறைய வித்தை வெச்சிருக்கும் போல! நமக்கும் இந்த மாதிரி சக்தி இருந்தா நல்லா இருக்கும். எப்போ இந்தச் சக்தியைப் பயன்படுத்தலாம்னா...'' என்று ரக்ஷா இழுக்க, “டாக்டர் ஊசி போடும்போது'', “கண்ணாமூச்சி ஆடும்போது'' என்றெல்லாம் பதில்கள் வந்தன.

தொலைவில் அடுத்த வேட்டைக்குத் தோட்டுக்கணவாய் தயாராக, நீர்மூழ்கி வேகமாகப் புறப்பட்டது.

15

 இருளில் ஒளிரும் மீன்!

அமெரிக்காவின் கேப் கடல்முனைக்கு அருகில் உள்ள கடலில், சுமார் 2,500 மீட்டர் ஆழத்தில் வந்து நின்றது நாட்டிலஸ் நீர்மூழ்கி.

"சுத்தி ஒரே இருட்டு. நீர்மூழ்கியோட விளக்கைப் போடலாமே" என்று கண்ணைக் கசக்கியபடி ரோசி கேட்கும்போதே, "அங்க பாருங்க எல்லாரும்" என்று பரபரப்பாகச் சொன்னான் செந்தில்.

தொலைவில் வெளிர் நீலத்தில் ஒளி வந்துவந்து போய்க்கொண்டிருந்தது.

"பல்பு விட்டுவிட்டு மினுக்கிற மாதிரியே இருக்கு" என்றாள் ரக்ஷா.

"அழகா இருக்கு" என்றான் செந்தில்.

"இந்த விலங்கோட உடல் அமைப்பு தனித்துவமானதா இருக்கே, ஒளிரும் லாலிபாப் மாதிரி..." என்று ரோசி சொல்ல, "இருங்க, இது

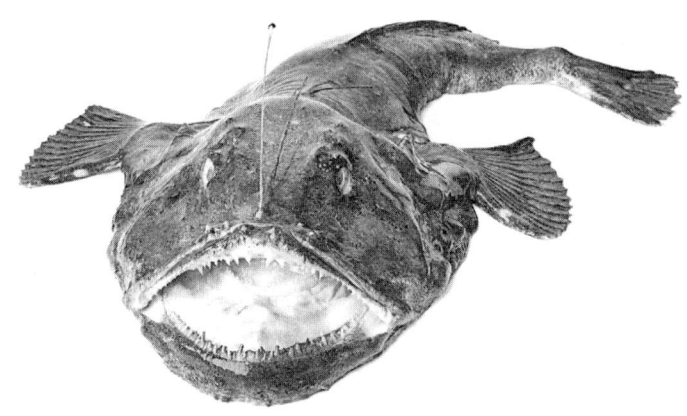

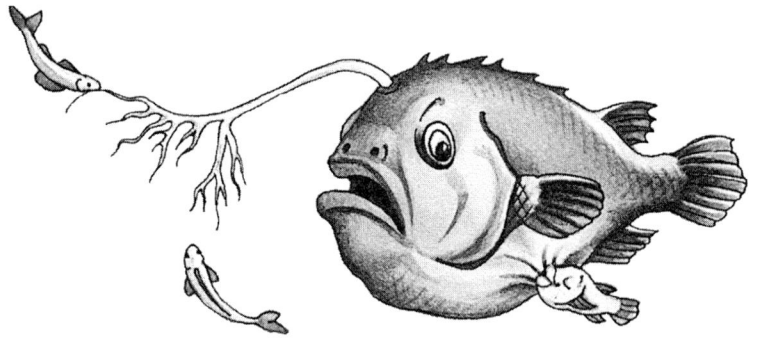

என்னன்னு பார்க்கலாம்" என்று நீர்மூழ்கியின் சிறப்பு விளக்குகளை இயக்கினார் அருணா.

தலையில் கொம்பு முளைத்த உருண்டையான மீன் ஒன்று அங்கே இருந்தது. மீனின் தலைப் பகுதியிலிருந்து நீண்டிருந்த ஒரு குச்சியின் முனையில் இருந்த சிறு உருண்டை நீல ஒளியை உமிழ்ந்தது!

"அப்போ இவ்வளவு நேரம் நாம பார்த்தது இந்த மீனின் தலையிலிருந்து வரும் அந்தக் குச்சியைத்தானா?" என்று கேட்டான் செந்தில்.

நீர்மூழ்கி விளக்குகளின் வெளிச்சத்தைக் குறைத்த அருணா, "ஆமாம், இது ஒரு வகை ஆழ்கடல் மீன். இதோட பெயர் தூண்டில் மீன் (Angler fish). இந்த மீனில் 200 இனங்கள் உண்டு. தூண்டில் மீன் என்பதற்கான பெயர்க்காரணத்தை நீங்களே பார்த்துத் தெரிஞ்சுக்கோங்க" என்றார் அருணா.

விளக்கிலிருந்து குறைவான ஒளி வந்துகொண்டிருந்தாலும் கண்கள் ஓரளவு இருட்டுக்குப் பழகிவிட்டதால், அங்கு நடப்பவை ஓரளவு தெரிந்தன. தூண்டில் முனையில் நீல ஒளி விட்டுவிட்டு வந்துகொண்டிருந்தது. தூண்டில் மீனுக்குச் சற்றுத் தொலைவில் ஓர் ஊசிக்கணவாய் இந்த ஒளியையே உற்றுக் கவனித்துக்கொண்டிருந்தது. சில நிமிடங்களில் ஒளியை நோக்கி வேகமாக வந்த ஊசிக்கணவாய், தூண்டிலை நெருங்கி அதைக் கவ்வ முயன்றது. உடனே வாயை அகலமாகத் திறந்த தூண்டில் மீன் அப்படியே ஊசிக்கணவாயை விழுங்கியது.

"சிறப்பான வேட்டையாடும் உத்தி. விரட்டி இரையைப் பிடிக்குறதுக்குள்ள மூச்சு வாங்கிடும். இந்தத் தூண்டில் மீன் இருக்கும் இடத்திலிருந்தே இரையைப் பிடிச்சிடுது" என்றான் செந்தில்.

"ஆமா, உடல் ஆற்றலை நிறைய சேமிக்கலாம்" என்றாள் ரக்ஷா.

"ரொம்ப சரி. ஆழ்கடலில் இரை கிடைப்பது அரிது என்பதால், ஆற்றலைச் சேமிச்சாதான் வாழ முடியும். அது மட்டுமில்ல, இந்த மீன் பெருசா வாயைத் திறந்து இரையை விழுங்குவதைப் பார்த்திருப்பீங்க! வாய் மட்டுமல்ல, இதோட வயிற்றுப் பகுதியும் இரண்டு மடங்கு விரிந்து கொடுக்கக்கூடியது. எப்போதாவதுதான் இரை கிடைக்கும் என்பதால், பெரிய இரையா இருந்தாலும் உள்வாங்கிச் செரிப்பதற்கான தகவமைப்பு இது" என்று விளக்கினார் அருணா.

"இந்த ஒளி எங்கிருந்து வருது?"என்றாள் ரக்ஷா. "இதை உயிர் ஒளிர்தல்னு (Bioluminescence) சொல்வோம். அதாவது, இந்தத் தூண்டில் போன்ற அமைப்புக்குள்ள ஒளிரக்கூடிய பாக்டீரியாக்கள் இருக்கும். அவற்றின் வேதிவினை மூலமா ஒளி உருவாகும்"என்றார் அருணா.

இரையை விழுங்கிய தூண்டில் மீன் மெல்ல நீந்திக்கொண்டிருந்தது.

"இதை நேரில் பார்ப்பதே பெரிய அதிசயம்தான். இந்த மீன் முதன்முதலில் 1833இல் கண்டறியப்பட்டது. ஆனாலும் கரை ஒதுங்கிய மீன்கள், வலைகளில் எப்போதாவது சிக்கும் மீன் உடல்களை வெச்சுதான் விஞ்ஞானிகள் இதன் உடல் அமைப்புகளை ஆராய்ச்சி செஞ்சாங்க.

"இந்த மீனை உயிருடன் பார்க்கவே மனித இனத்துக்குப் பல ஆண்டுகளாச்சு! 1999இல், இதே கேப் கடல்முனையில்தான் இந்த மீன் முதன்முதலில் வீடியோவில் பதிவாச்சு. அப்போ விஞ்ஞானிகள் அடைந்த மகிழ்ச்சிக்கு அளவே இல்லை. இன்று ஏற்பட்டிருக்கும் அறிவியல் வளர்ச்சியால் நாம நீர்மூழ்கிக்குள் இருந்தபடியே இந்த மீனைப் பார்க்கிறோம்" என்றார் அருணா.

"சரி, அந்தத் தூண்டில் மீன் மாதிரி யாரால பெருசா வாயைத் திறக்க முடியும்? போட்டி வெச்சுக்கலாம்" என்று செந்தில் ஆரம்பித்து வைக்க, மூவரும் வாயை அகலமாகத் திறந்து பார்த்தார்கள். அருணா சிரித்துக்கொண்டார். நீர்மூழ்கி சிறு சத்தத்துடன் அங்கிருந்து புறப்பட்டது.

16

வெற்றி தரும் கூட்டு வேட்டை!

ஆப்பிரிக்காவுக்கும் ஆசியாவுக்கும் நடுவில் உள்ள செங்கடலின் அழகான பவளத்திட்டுகளில் வந்து நின்றது நாட்டிலஸ் நீர்மூழ்கி.

"நீங்க கவனிக்க வேண்டியது அந்த மீனைத்தான்" என்று சுட்டிக்காட்டினார் அருணா.

அங்கே சிவப்பு மீன் ஒன்று சிறிய மீன்களைத் துரத்திக்கொண்டிருந்தது.

"இது களவா மீன் (Grouper). இது ஒரு வகை ஊன் ஊனுண்ணி" என்று அருணா சொல்லிக்கொண்டிருந்தபோதே களவா மீனிடமிருந்து தப்பிய சிறு மீன்கள், பவளத்திட்டின் இடுக்கில் போய் ஒளிந்துகொண்டன. அளவில் பெரிய களவா மீன், இடுக்கையே உற்றுப் பார்த்தபடி அசையாமல் இருந்தது.

"வெற்றியும் தோல்வியும் வீரனுக்கு சகஜம்தானே... இது ஏன் இவ்வளவு யோசிக்குது?" என்றான் செந்தில்.

மெல்ல அந்தக் களவா மீன் வேறு ஒரு பவளத்திட்டை நோக்கி

களவா மீன்

அஞ்சாலை

நீந்தியது. அங்கே இருந்த ஒரு பொந்தின் வாசலில் நின்றுகொண்டு தலையை விநோதமாகவும் வேகமாகவும் ஆட்டியது.

அடுத்த சில நொடிகளில் உள்ளிருந்து அஞ்சாலை (Giant Moray Eel) ஒன்று வெளியில் வந்தது.

"இதுவும் திறமையான வேட்டையாடிதான்" என்றார் அருணா.

அஞ்சாலை வெளியில் வந்த உடனே வேகமாக நீந்தி முன்னேறிய களவா மீன், சிறு மீன்கள் ஒளிந்துகொண்டிருக்கும் இடுக்குப் பகுதியைப் பார்த்தபடி மூக்கை நீட்டி உடலை வளைத்தது. தலையை விநோதமாகவும் வேகமாகவும் அசைத்தது.

"இடுக்கில் மீன்கள் இருக்குன்னு சொல்லுதோ?" என்று கேட்டாள் ரக்ஷா.

களவா மீன் மூக்கை நீட்டிய இடுக்குக்குள் தனது பாம்பு போன்ற உடலுடன் எளிதாக நுழைந்த அஞ்சாலை, அடுத்த சில நொடிகளில் அங்குமிங்கும் மீன்களைத் துரத்தியிருக்க வேண்டும்.

இடுக்கிலிருந்து சிறு மீன்கள் வெளியில் வந்தன! வாயை அகலமாகத் திறந்த களவா மீன், ஒரு மீனை விழுங்கியது. துரத்தி வந்த ஒரு மீனை வாயில் கவ்வியபடி அந்த இடத்தைவிட்டு நகர்ந்து, மீண்டும் தனது பொந்துக்குள் புகுந்தது அஞ்சாலை.

"சூப்பர்! ஒருங்கிணைந்த வேட்டையாடுதல் முறை. அட்டகாசம்! இரண்டு விலங்குகளுக்கும் லாபம்தான்" என்றாள் ரக்ஷா.

"ஆமாம். இந்தக் களவா மீன் வேட்டையாடுவதில் திறமைசாலி. அஞ்சாலையின் உடல்வாகு இடுக்கில் உள்ள இரையைப் பிடிக்க வசதியா இருக்கு. இரண்டு வேட்டையாடிகளும் சேர்ந்ததால் உணவு கிடைச்சிடுச்சு" என்றான் செந்தில்.

"எப்போதும் இரண்டு விலங்குகளுக்குமே இரை கிடைப்பதில்லை. வாய்க்கு அருகில் இரை வந்தால், அருகில் இருப்பவருக்குப் பங்கு கொடுக்காமல் இரண்டு மீன்களும் கிடைப்பதை விழுங்கிடும்" என்றார் அருணா.

"அப்படியா! இரண்டு மீன்களுக்கும் சண்டை வராதா?" என்றாள் ரக்ஷா.

"அதுதான் இல்ல. அஞ்சாலைகள் இரவுநேர வேட்டையாடிகள். பகல்ல இது மாதிரி களவா மீன்கள் சொல்லும் இடங்களில் மட்டும் கொஞ்ச நேரம் துரத்தினாலே சுலபமா மீன்கள் கிடைச்சிடும். களவா மீன்களுக்கு இடுக்கில் போன மீன்கள் பொதுவா கிடைக்காது. ஆனால்,

அஞ்சாலைகளோட இணைந்து செயல்படும்போது ஒளிந்து கொண்ட இரையும் கிடைக்கும். ஆக, எப்படிப் பார்த்தாலும் இரண்டு மீன்களுக்கும் லாபம்தான். ஆகவே பங்கிடுதல் இல்லைன்னாலும் பிரச்சினை வர்றதில்லை'' என்றார் அருணா.

"கிடைச்ச வரை லாபம்னு இரண்டு மீன்களும் செயல்படுது. கூட்டு வேட்டையாடுதல் முறையில் ஆற்றல் குறைவு, வெற்றி விகிதம் அதிகம்'' என்றாள் ரோசி.

"இதே செங்கடல் பகுதியில் ரெடுவான் ஷாரி என்கிற விஞ்ஞானி 2006இல் இந்த வேட்டை முறையை முதன்முதலில் கண்டறிந்தார். இதில் பெரிய ஆச்சரியம் என்னன்னா, 'பொந்தை விட்டு வெளியில் வா' என்று சொல்லவும் 'இங்கதான் இரை இருக்கு'ன்னு சொல்லவும் களவா மீன்கள் ஒரே மாதிரிதான் தலையாட்டும். ஆனா, அதை அஞ்சாலைகள் தெளிவா புரிந்துகொண்டு வேட்டைக்கு உதவுகின்றன. இப்படி சைகை செய்வதை *referential gesture*னு சொல்வோம்'' என்று விளக்கினார் அருணா.

"அட ஆமாம்! இரண்டும் வெவ்வேறு இனம். ஒரு மீனோட உடல் மொழி இன்னொரு மீனுக்குத் தெரியாது. எப்படி இந்தத் தகவல் பரிமாற்றம் சாத்தியமாச்சு?'' என்றாள் ரோசி.

"அதைப் பற்றி விஞ்ஞானிகள் ஆராய்ச்சி செஞ்சிட்டு இருக்காங்க. இது மட்டுமில்ல, பொதுவா கூட்டு வேட்டையாடுதல் முறை என்பது ஒரு நுணுக்கமான செயல்பாடு. ஒரே இனத்துக்குள்ள இணைந்து வேட்டையாடணும்னாலே புரிந்துணர்வு, விட்டுக்கொடுக்கும் தன்மை, எளிமையான தகவல் பரிமாற்றம், அறிவாற்றல் எல்லாம் வேணும். இதுல வெவ்வேறு இனத்தைச் சேர்ந்த வேட்டையாடிகள் இணைந்து செயல்படும்போது இன்னும் கூடுதலான அறிவாற்றல் தேவை. ஆகவே இதெல்லாம் பாலூட்டிகள், பறவைகள் போல பரிணாமரீதியா வளர்ந்த இனங்கள்ல மட்டும்தான் இருக்கும் என்று ஒரு நம்பிக்கை இருந்தது.

"இந்தக் கண்டுபிடிப்பு அதையும் மாற்றியிருக்கு. அது மட்டுமில்லாம இந்தக் கூட்டுறவில், களவா மீன்களோ அஞ்சாலை மீன்களோ தங்களுடைய வேட்டையாடும் முறையை மாத்திக்கத் தேவையில்ல, புதுசா எதையும் கத்துக்கணுங்கிற அவசியமும் இல்ல என்பதால் இந்தக் கூட்டு வேட்டையாடுதல் முறை ரொம்பச் சிறப்பானதுன்னு விஞ்ஞானிகள் சொல்றாங்க. பரிணாம வளர்ச்சியில் இது எப்படி வந்தது, மற்ற மீன் இனங்களில் இந்தப் பண்புகள் இருக்கா என்றெல்லாம் பல ஆராய்ச்சிகள் நடந்துக்கிட்டிருக்கு'' என்று நிறுத்தினார் அருணா.

களவா மீன் இன்னொரு சிறு மீன் கூட்டத்தைத் துரத்த ஆரம்பித்தது. நீர்மூழ்கி வேகமாக அங்கிருந்து புறப்பட்டது.

17

கடலுக்கு அடியில் வெந்நீர் ஊற்று!

தென் அமெரிக்காவில் உள்ள ஆழ்கடல் பகுதிக்கு வந்து, மெல்ல கடல் தரையை நோக்கிச் சென்றது நாட்டிலஸ் நீர்மூழ்கி. ஏதோ ஒரு வடிவம் தொலைவில் தெரிந்ததும், நீர்மூழ்கியிலிருந்து அதிக ஆற்றல் கொண்ட கேமரா ரோபாட்டை அனுப்பினார் அருணா.

“இந்த வாழிடத்துக்குப் பக்கத்துல நாம் போக முடியாது, தொலைவில் இருந்துதான் பார்க்கணும்” என்றார் அருணா.

கேமரா அனுப்பும் காட்சிகளை நீர்மூழ்கிக்குள் இருந்தபடியே நேரலையில் அனைவரும் பார்த்தனர்.

உயரமான கூம்பு வடிவிலான சிறு மலையின் உச்சியிலிருந்து புகை போல ஏதோ கறுப்பாக வந்துகொண்டிருந்தது.

“அட! கடலுக்கடியில் எரிமலைகூட இருக்கு போல!” என்றாள் ரக்ஷா.

“பார்க்க இது எரிமலை மாதிரி தெரிஞ்சாலும் இதில் வருவது நெருப்புக் குழம்பும் இல்ல, புகையும் இல்ல” என்றார் அருணா.

கேமரா பக்கத்தில் போனது. கறுப்புத் துகள்கள் நிறைந்த நீர், அதிவேகத்துடன் மலைக்குள்ளிருந்து வந்துகொண்டிருந்தது. மூவரும் ஆச்சரியமாகப் பார்த்தனர்.

“இது கடலுக்கடியில் உள்ள வெந்நீர் ஊற்று (Hydrothermal vent). ஐஸ்லாந்து மாதிரியான பகுதிகளில் பூமிக்கு அடியில் இருந்து வெந்நீர் பீய்ச்சி அடிக்கும்னு படிச்சிருக்கோமே, அதேமாதிரி இது கடலுக்கடியில் உள்ள ஊற்று. சில நிலவியல் அமைப்புகளால பூமித்தகட்டில் விரிசல் ஏற்படும். அந்த விரிசல்களுக்குள் கடல்நீர் போய்விடும். அந்தக் கடல்நீர், பூமிக்கடியில் உள்ள எரிமலைக்குழம்பு பட்டு சூடாகி, அங்கிருக்கும் உலோகங்களையும் கரைத்துக்கொண்டு, வெந்நீராக வெளியில் வரும்.

செதில்கால் நத்தை

அந்த உலோகங்கள் எல்லாம் பூமிக்கு மேலே வந்ததும் இறுகி கூம்பு மாதிரி ஆகிடும். இதில் வெளிவரும் வேதிப்பொருள்களைப் பொறுத்துப் புகையின் நிறம் இருக்கும். கால்சியம் அதிகமா இருக்கும்போது வெள்ளை நிறத்தில் நீர் வரும், சல்பைடுகள் கொண்ட நீர் கறுப்பு நிறத்தில் இருக்கும்'' என்று விளக்கினார் அருணா.

"சாதா வெந்நீருக்கு தூரத்துலயே வண்டியை நிறுத்திட்டு இப்படி கேமராவில் எல்லாத்தையும் பார்க்கணுமாக்கும்'' என்று கேட்டாள் ரக்ஷா.

"வெந்நீர்னா சும்மா இல்லை, இதோட சராசரி வெப்பநிலை 400 டிகிரி செல்சியஸ் இருக்கும், அதாவது நீரின் கொதிநிலையைப் போல நாலு மடங்கு!'' என்றார் அருணா.

"இது எப்படித் திரவமா இருக்கு? நூறு டிகிரி வந்தாலே தண்ணீர் ஆவியாகிடுமே'' என்றான் செந்தில்.

"கடலுக்கடியில் போகப் போக அழுத்தம் அதிகரிக்கும். இங்கே இருக்கும் அழுத்தம் கடல்மட்டத்தின் அழுத்தத்தைப் போல 200 மடங்கு இருக்கும். அதனால உலோகத்தையே உருக்கும் அளவுக்கு வெப்பநிலை அதிகமா இருந்தாலும் நீர் திரவமாகவே இருக்கு'' என்றார் அருணா.

"அதீத அழுத்தம், தாங்க முடியாத வெப்பம், இதில் உலோகக் கலவை வேற. நம்ம ரக்ஷா மட்டுமில்ல, எதுவுமே இந்த வெந்நீர்

ஊற்றுக்குள்ள நீந்திப் போக முடியாதுபோல" என்றான் செந்தில். அருணா புன்னகையுடன் கேமரா காட்சிகளைக் காட்டினார். அங்கே புழுக்களும் நண்டுகளும் போட்டி போட்டுக்கொண்டு ஊர்ந்துகொண்டிருந்தன!

"ஆ... இது எப்படிச் சாத்தியம்?" என்று கத்திவிட்டாள் ரோசி.

"இது போன்ற விலங்குகளை Extremophilesனு சொல்வோம். அதீதமான சூழலிலும் இவை நல்லா வாழும். லிப்ஸ்டிக் புழு (Lipstick worm), செதில்கால் நத்தை (Scaly foot gastropod), பாம்பேய் புழு (Pompeii worm), வெண்ணிற நண்டுகள், இறால்கள்னு இங்க ஒரு முழுச் சூழல் வலைப்பின்னலே இருக்கு" என்றார் அருணா.

"வெப்பத்தையும் அழுத்தத்தையும் தாங்கிட்டு வாழ்ந்திடலாம், சாப்பாடு இல்லாம வாழ முடியுமா? இங்க ஒண்ணும் இரை கிடைப்பதுபோலத் தெரியலையே. சூரிய வெளிச்சமும் இல்லாம தாவரங்களும் வளராது..." என்றாள் ரோசி.

"ஒளியைப் பயன்படுத்தி ஒளிச்சேர்க்கை செய்யும் தாவரங்கள் போலவே, இங்கிருக்கும் வேதிப்பொருட்களைப் பயன்படுத்தி வேதிச் சேர்க்கை (Chemosynthesis) செய்து உணவு தயாரிக்கும் பாக்டீரியாக்கள் உண்டு. அவை தயாரிக்கும் உணவைத்தான் இந்த விலங்குகள் சாப்பிடும்."

"இது உண்மையிலேயே சூப்பர் வாழிடம்தான்" என்றாள் ரக்ஷா.

"இதுபோன்ற வெந்நீர் ஊற்றுகளில்தாம் முதல் உயிரி செல்கள் உருவானதா ஒரு கருதுகோள் இருக்கு. எதிர்காலத்தில் பூமியில் உள்ள உயிர்கள் அழிந்துவிட்டால் மறுபடி உயிர் உருவாக இந்த வாழிடம் உதவலாம்னுகூடச் சில விஞ்ஞானிகள் சொல்றாங்க" என்றார் அருணா.

"பாக்டீரியா மாதிரி யாராவது சாப்பாடு செஞ்சு கொடுத்தா நல்லாதான் இருக்கும். முன்னொரு காலத்தில் இந்த வெந்நீர் ஊற்றில் ஒரு விலங்கா இருந்திருப்பேனோ?" என்று செந்தில் சொல்ல, யாரை எந்த உயிரியோடு ஒப்பிடலாம் என்று மூவரும் விவாதிக்கத் தொடங்கினர்.

உயிர்களின் தொட்டிலான அந்த வாழிடத்தில் தொடர்ந்து வெந்நீர் கொப்பளித்துக்கொண்டிருந்தது. கேமரா ரோபாட் திரும்பி வந்ததும் புழுதி கிளப்பாமல் அமைதியாகப் புறப்பட்டது.

18

 ஈட்டி முனையில் நஞ்சு!

ஆஸ்திரேலியாவின் பெரும் பவளத்திட்டுக்கு அருகில் நின்றது நாட்டிலஸ் நீர்மூழ்கி. பவளத்திட்டின் விளிம்பில் பேரா ஆமைகள் மெல்ல நீந்திக்கொண்டிருக்க, கிளி மீன்கள் ஆங்காங்கே பாசிகளைச் சுரண்டியபடி இருந்தன.

"இந்தப் பெரும்பவளத்திட்டை நேரில் பார்ப்பது கடல்சார் ஆராய்ச்சியாளர்களின் வாழ்நாள் கனவு" என்று புன்னகையோடு சொன்னார் அருணா. நீர்மூழ்கி மெல்ல நகர்ந்து பவளத்திட்டுகள் குறைவாகவும் மணல் அதிகமாகவும் உள்ள பகுதிக்குச் சென்றது. கேமரா ரோபாட் முன்னேறி ஓர் இடத்தில் நின்றது.

"மண்ணுலேருந்து ஏதோ நீட்டிட்டிருக்கே" என்று கேமரா அனுப்பிய காட்சியைச் சுட்டிக்காட்டினாள் ரக்ஷா. "ஆமாம், விலாங்கு மீன் மாதிரி ஏதோ இருக்கு" என்று செந்தில் சொல்ல, "இல்ல, இது குழல் மாதிரி இருக்கு" என்றாள் ரோசி.

மெல்ல குழல் மேலெழுந்தது. நான்கு அங்குல நீளம்கொண்ட, கூம்பு வடிவிலான விலங்கு மணலில் இருந்து வெளியில் வந்தது.

"இதுதான் கூம்பு நத்தை (Cone Snail). இதில் 800 இனங்கள் உண்டு. சில இனங்கள் அரை அடி நீளம்கூட வளரும். இது ஊன் உண்ணி. ஒவ்வொரு இனமும் ஒவ்வொரு வகையான இரையைச் சாப்பிடும். இது மீன்களைச் சாப்பிடும். அதோ பக்கத்துல ஒரு சின்ன மீன் வருது பாருங்க" என்று கைகாட்டினார் அருணா.

நத்தையின் அருகில் ஒரு மீன் மெதுவாக நீந்தியது.

"குழல் மாதிரி நீட்டிட்டு இருக்கே, இது ஒரு வகையான தூம்புக் குழாய் (Siphon). இது ஆக்சிஜனை சுவாசிக்கவும் மோப்ப சக்தி மூலம் இரையைக் கண்டறியவும் பயன்படும். நீட்டிட்டு இருக்கும் தூம்புக்

குழாய் மூலம் இந்த மீனோட வாடை தெரிஞ்சிருக்கும், அதனால் நத்தை மேல வந்திருக்கு" என்று விளக்கினார் அருணா.

"நத்தைனாலே மெதுவா நகரும். இது பார்க்கக் கொஞ்சம் குண்டா வேற இருக்கு. இந்தக் குட்டி மீன் வேகமா நீந்தித் தப்பிச்சிடாதா? எப்படி மீனை வேட்டையாட முடியும்?" என்று கேட்டாள் ரோசி.

"அப்படிச் சொல்லிட முடியாது. ஒவ்வொரு வேட்டையாடிக்கும் ஒவ்வொரு திறமை இருக்கும்ல, இந்த நத்தை ஏதோ வித்தை வைச்சிருக்கும்னு தோணுது" என்றான் செந்தில்.

"கவனமா பாருங்க" என்றார் அருணா.

நத்தையின் வயிற்றுப்பகுதியில் இருந்து வேறொரு மெலிதான குழல் வெளியில் வருவது போல் தெரிந்தது. மூவரும் பார்த்துக்கொண்டிருக்கும் போதே அந்தக் குழல் வேகமாகப் பாய்ந்தது; மணல் துகள்கள் மேலெழும்பின. அடுத்த நொடி அந்த மீன் நத்தைக்கு அருகில் கிடந்தது!

"ஆ" என்று ரோசி ஆச்சரியப்பட்டுக்கொண்டிருந்த போதே இன்னொரு குழல் போன்ற அமைப்பு நத்தைக்குள்ளிருந்து வந்து அந்த மீனை அப்படியே விழுங்கிவிட்டது!

"என்ன நடந்ததுனு எனக்குச் சுத்தமா புரியல" என்று முகத்தைச் சுளித்துக்கொண்டாள் ரோசி.

கேமரா அனுப்பிய காட்சியை மீண்டும் ஒருமுறை ஓடவிட்டார் அருணா. கூடவே இணையத்திலிருந்து கூம்பு நத்தையின் உடல் அமைப்பு பற்றிய வரைபடத்தையும் காட்டினார். "முதல்ல இரை இருக்கான்னு தேட ஒரு தூம்புக் குழாய் உதவியா இருந்தது. நத்தை இரையைக் கண்டறிஞ்ச பிறகு, அடிப்பகுதியிலிருந்து ஒரு உறிஞ்சுகுழல் (*Proboscis*) வெளியில் வரும். இதற்குள் ஒரு குத்தீட்டி (Harpoon) போன்ற அமைப்பு இருக்கும். இந்தக் குத்தீட்டியோட வெளிப்புறத்தில் கூர்மையான கொக்கி போன்ற அமைப்பு இருக்கும். இதோட உள்பக்கம் நச்சுப்பையோட பிணைக்கப்பட்டிருக்கும்" என்று சொல்லி நிறுத்தினார் அருணா.

"வெளியில் பார்த்தா ஒரு குழல் தாக்குவதுபோலத் தெரியுது. ஆனா, அந்தக் குழலுக்குள்ளிருந்து நஞ்சு சேர்ந்த ஒரு குத்தீட்டி வந்திருக்கு. அதான் இரை டக்குனு மயங்கி விழுந்ததா, சூப்பர்" என்றான் செந்தில்.

"ஆமாம், ஆனா அதுவும் படிப்படியாதான் நடக்கும். இரையை நெருங்கிட்டாலும் உடனே நஞ்சு வராது. முதலில் உறிஞ்சுகுழல் கொஞ்சம் சுருங்கி விரியும். உள்ளே இருக்கும் குத்தீட்டியில் பாதி அளவு நஞ்சு நிரம்பும். எல்லா நஞ்சும் அங்கு வந்து சேர்வதால் அழுத்தம் அதிகமாகும். அடுத்த ஒரு மைக்ரோ விநாடிக்குள்ள அந்த நஞ்சு

முன்னோக்கி வந்து குத்தீட்டி முனையில் சேரும். குத்தீட்டி வெளியில் வந்து இரையைத் தாக்கிடும். குத்தீட்டியோட முனையில் இருக்கும் கொக்கியால் இரை இழுக்கப்பட்டு நத்தைக்குப் பக்கத்தில் வரும். உடனே நத்தைக்குள்ளிருந்து வாய்ப்பகுதி (Rostrum) வெளியில் வந்து இரையை விழுங்கிடும்" என்று விளக்கினார் அருணா.

"மீன் அப்படியே கிடந்ததைப் பார்த்தா இந்த நஞ்சு நரம்பு மண்டலத்தைத் தாக்கிச் செயலிழக்க வைக்கும்னு தோணுது. எல்லாம் எவ்வளவு வேகமா நடந்திருக்கு" என்றாள் ரோசி.

"ஆமா, ஒரு விநாடியில் ஐந்தில் ஒரு பங்கு நேரத்தில் வேட்டை முடிஞ்சு போச்சு" என்றான் செந்தில்.

"கூம்பு நத்தைகளில் இனத்துக்கு இனம் மட்டுமில்ல, ஒவ்வொரு முறை வேட்டையாடும் போதுகூட நஞ்சின் தன்மை மாறுமாம். தேவைக்கு ஏற்றபடி புரதங்களைக் கலக்கி இந்த நத்தைகள் இரை வேட்டைக்குப் பயன்படுத்தும். இந்த நத்தைகளின் நஞ்சில் 800-க்கும் மேற்பட்ட தனிப் புரதங்கள் இருக்குனு கண்டுபிடிச்சிருக்காங்க. 1977இல்தான் இந்த நஞ்சுப்பொருள்கள் தனியாகப் பிரிக்கப்பட்டன" என்றார் அருணா.

"அது என்ன பரிசுப்பொருளா? அதை எதுக்கு பிரிச்சுப் பார்க்கணும்?" என்றான் செந்தில்.

"எல்லாமே புரதம்தானே, ஏதாவது மருத்துவ ஆராய்ச்சிக்குப் பயன்படுத்துவாங்க" என்றாள் ரக்ஷா.

"ரொம்ப சரி. இந்தப் புரதங்கள் மருத்துவரீதியா பல பிரச்சினைகளுக்குத் தீர்வு தருமாம். தூக்கமின்மை, நினைவாற்றல் பிரச்சினைகள், சில வகை புற்றுநோய்கள், தொடர்ச்சியான வலி ஆகியவற்றுக்கு இவை உதவலாம் என்பதால் ஆராய்ச்சிகள் தொடர்ந்து நடக்குது. இந்த நஞ்சிலிருந்து 2004ஆம் ஆண்டு ஒரு வலி நிவாரணி மருந்தையும் உருவாக்கியிருக்காங்க" என்றார் அருணா.

"மீன்களா இருந்தா இதுகிட்ட மாட்டிக்க வேண்டியதுதான். மனிதர்களா இருப்பதால் இந்த நஞ்சே வலி நிவாரணி உருவாக்கப் பயன்படுது" என்றாள் ரக்ஷா.

"இல்லை, இதில் சில வகை நத்தைகளின் நஞ்சு மனிதர்களையும் கொல்கிற அளவுக்கு வீரியம் உடையது. சின்ன நத்தை ஆறடி மனிதனையே சாய்க்கும் ஆற்றல் கொண்டதா இருக்கு" என்றார் அருணா.

"எக்காரணம் கொண்டும் எதையும் கையால் தொட வேண்டாம்" என்று மூவரும் ஒரே குரலில் சொன்னார்கள். தலையாட்டி அதை ஆமோதித்தார் அருணா.

விருந்து சாப்பிட்ட திருப்தியில் நத்தை மீண்டும் மணலுக்குள் புதைந்துகொண்டது. ரோபாட் திரும்பி வந்ததும் ஒரு சின்ன உறுமலுடன் நாட்டிலஸ் நீர்மூழ்கி புறப்பட்டது.

19

கடலின் மேய்ச்சல் விலங்குகள்

தமிழ்நாட்டின் மன்னார் வளைகுடாவில் புல்வெளி போலத் தெரிந்த ஓர் இடத்துக்கு வந்த நாட்டிலஸ் நீர்மூழ்கி, தொலைவிலேயே நின்றுவிட்டது. ரோபாட் கேமராக்கள் மூலம் திரையில் தெரிந்த காட்சிகளை அனைவரும் ஆர்வமாகப் பார்த்தனர்.

“இதுதான் கடற்புல் படுகை (*Seagrass Bed*). இந்தத் தாவரங்களை, ‘கடற்கோரைகள்’னும் சொல்வாங்க. நிலத்தில் இருந்த தாவரங்களிலிருந்து பரிணாம வளர்ச்சியடைந்து உருவான கடற் தாவரங்கள் இவை. பூக்கும் தாவரங்களின் வகையைச் சேர்ந்த இந்தக் கடற்புற்கள் கூட்டமா வளரும்போது, அந்தக் கடற்புல் படுகை ஒரு வாழிடமா மாறுது” என்று சொல்லி நிறுத்தினார் அருணா.

“புல்லைப் பார்க்குறதுக்குதான் ரோபாட்டெல்லாம் அனுப்பியிருக்கோமா, பக்கத்தில் போய்ப் பார்த்தா என்னவாம்?” என்று கேட்டாள் ரோசி.

“இந்த வாழிடம் கடலின் நுரையீரல்கள் என்று அழைக்கப்படும் அளவுக்கு ஆக்சிஜன் சுழற்சியில் முக்கியத்துவம் வாய்ந்தது. ஆனா, நாம பார்க்கப்போவது வாழிடத்தை அல்ல, வேற ஒரு உயிரினம்” என்று அருணா சொல்லிக்கொண்டிருக்கும்போதே, ஒரு பேராமை வந்து கடற்புற்களைச் சாப்பிட்டது.

“அட, ஆமை புல் சாப்பிடுது” என்று ஆசையாகப் பார்த்தான் செந்தில். “இதுதான் அந்த உயிரினமா?” என்று ரக்ஷா கேட்க, இல்லை என்று தலையாட்டினார் அருணா. அடுத்த சில நொடிகளில் தொலைவில் ஏதோ ஒன்று தெரிந்தது. புல் படுகைக்குப் பக்கத்தில் அது வந்ததும் ஓரளவு உருவம் தெளிவானது.

அந்த விலங்கு வேகமாகக் குனிந்து புற்களை மேயத் தொடங்கியது! வாய்க்குள் புற்கள் போவது தெரியாவிட்டாலும் அந்த விலங்கு சென்ற பிறகு புற்கள் இருந்த தடம் மட்டுமே இருந்தது.

“மாடு அவசர அவசரமா புல்லை மேயற மாதிரி இருக்கு” என்றான் செந்தில். “இதன் பெயர் ஆவுளியா (*Dugong*). சைரனியா (*Sirenia*) குடும்பத்தைச் சேர்ந்த கடல் பாலூட்டி இது” என்றார் அருணா. “ரொம்பப் பெருசா இருக்கு!” என்றாள் ரக்ஷா.

“இது ஆபத்தான விலங்கு அல்ல, சாதுவானது. ஆனா, மனிதர்கள் அருகில் வந்தா விலகிப் போயிடும். அதனால்தான் தொலைவிலிருந்தே பார்க்கறோம். பத்து அடி நீளம், 300 கிலோ எடை வரை இதுங்க வளரும். இதோ இந்த முடிகளைப் பாருங்க” என்று திரையில் அந்த விலங்கின் முதுகுப் பகுதியைக் காட்டினார் அருணா.

“உடல் முழுக்க சின்னச் சின்ன முடிகள் இருக்கு... வாய்க்குப் பக்கத்திலும் இருக்கே” என்றான் செந்தில்.

“ஆவுளியா இந்த முடிகள் மூலமாகத்தான் பெரும்பாலும் சுற்றியிருக்கும் சூழலை உணர்ந்துகொள்ளும். இந்த முடிகளில் உணர் நரம்புகள் இருக்கு. ஆவுளியா கடற்புற்களை வேரோடு அப்படியே சாப்பிடும். பெரும்பாலும் ஆழமில்லாத கடலோரப் பகுதிகள்லதான் இருக்கும்” என்று விளக்கினார் அருணா.

“இவ்வளவு பெரிய உடலுக்கு எவ்வளவு கடல்புல் தேவைப்படும்! யானையைக் கட்டித் தீனி போடுற மாதிரிதான்” என்றாள் ரக்ஷா.

சிரித்துக்கொண்ட அருணா, “ஒண்ணு தெரியுமா? மரபணு ரீதியா இந்த ஆவுளியா, யானையின் நெருங்கிய உறவு. இவை நிறைய சாப்பிடும் என்பதும் உண்மைதான். ஒரு நாளைக்குச் சராசரியா 40 முதல் 50 கிலோ கடற்புற்களைச் சாப்பிடும்” என்றார்.

"ஐயோ, அப்போ கடற்புற்கள் அழிஞ்சு போயிடாதா?" என்றாள் ரோசி.

"இல்ல, ஆவுளியாக்களைச் சூழல் பொறியாளர்கள்னு சொல்வோம். ஆவுளியாக்களின் மேய்ச்சல் நிலங்களா இருக்கும் புல் படுகைகளில் தாவரங்கள் வேகமா மறுபடியும் வளரும்னு கண்டுபிடிச்சிருக்காங்க. சொல்லப்போனா ஒரு கடற்புல் படுகை நல்லா ஆரோக்கியமா இருக்கணும்னா அங்க ஆவுளியாக்கள் இருக்கணும்" என்றார் அருணா.

"இது எவ்வளவு நன்மைகள் செய்யுது!" என்று ஆச்சரியப்பட்டான் செந்தில்.

"சூழலுக்கு ஒவ்வாத சில மீன்பிடி முறைகள், கடல்சூழல் மாசு, சட்டவிரோத வேட்டை, காலநிலை மாற்றம் போன்ற பல பிரச்சினைகளால் ஆவுளியாக்கள் பாதிக்கப்படுது.

இவற்றின் இனப்பெருக்க விகிதம் குறைவு என்பதால் எண்ணிக்கை குறைஞ்சா உடனே மீண்டு வருவதும் கஷ்டம். இந்த விலங்கு அழியக்கூடிய ஆபத்தில் இருக்கு. இப்போ பாக் ஜலசந்தியின் ஒரு பகுதி, இந்த ஆவுளியாக்களுக்கான பாதுகாப்புப் பகுதியா அறிவிக்கப்பட்டிருக்கு" என்றார் அருணா.

"கடற்புல் படுகைகளைப் பாதுகாக்கும் இந்த விலங்குகளை நாம பாதுகாக்கப் போறோம். சூப்பர்" என்றாள் ரோசி.

"ஆமா, எனக்கு ஒரு முக்கியமான சந்தேகம், நிலத்தில் இருக்கும் பசுக்கள் மாதிரியே ஆவுளியாக்களும் அசைபோடுமா?" என்றான் செந்தில்.

"இல்ல, இந்த ஆவுளியா குடும்பத்தைச் சேர்ந்த பாலூட்டிகளை 'அசை போடாத தாவர உண்ணிகள்'னு (*Non ruminant herbivore*) சொல்வோம். இவற்றின் உடலில் உணவுப் பாதையின் கீழ்ப்பகுதியில்தான் பெரும்பாலான கடற்புற்கள் செரிக்கப்படுது. இதில் என்னென்ன செயல்முறைகள் நடக்குதுனு விஞ்ஞானிகள் இன்னும் ஆராய்ச்சி செய்றாங்க. ஆவுளியாக்களை முழுமையான தாவர உண்ணிகளாக இருக்கும் ஒரே கடல் பாலூட்டின்னு சொல்வாங்க. தாவர செல்களை இவற்றின் உடல் முழுமையா செரிக்குமா, அதிலிருந்து ஆற்றல் உறிஞ்சப்படுவது எப்படி என்பதெல்லாம் அடுத்த கட்ட ஆராய்ச்சிகள்லதான் தெரியும்" என்றார் அருணா.

ரோபாட் கேமரா திரும்பி வந்தது. தொலைவில் புழுதி கிளப்பியபடி ஆவுளியா மேய்ந்துகொண்டிருக்க, நாட்டிலஸ் ஓசையின்றிக் புறப்பட்டது.

20

 நீர்க்குமிழி வலைகள்

வேகமாக வந்த நாட்டிலஸ் நீர்மூழ்கி, அலாஸ்காவின் கடற்பகுதியில் நின்றது. வானத்தில் பறந்தபடி படங்களையும் காணொளிகளையும் எடுக்கிற ட்ரோன் கேமராவின் இணைப்பு கிடைத்திருப்பதாக நீர்மூழ்கியின் திரையில் ஒரு செய்தி வந்தது

. "என் நண்பரோட கேமராதான். இந்த நிகழ்வைத் தெளிவா புரிஞ்சுக்க காட்சிகள் உதவும்" என்றார் அருணா.

நீர்மூழ்கிக்கு எதிரில் சிறிய வெங்கணா (Herring) வகை மீன்கள் கூட்டமாக நீந்திக்கொண்டிருந்தன. தொலைவில் ஒரு திமிங்கிலக் கூட்டம் வந்தது.

"ட்ரோன் கேமரா ஏன் வந்ததுன்னு இப்போ புரிஞ்சது. பெரிய விலங்குகளான திமிங்கிலங்களின் அழகையும் பிரம்மாண்டத்தையும் மேலிருந்து பார்த்தா மட்டும்தான் ரசிக்க முடியும்" என்றாள் ரோசி.

"வேறொரு காரணமும் இருக்கு. கவனிங்க" என்று அருணா கைகாட்டினார்.

மீன் கூட்டத்துக்குக் கீழே வந்த திமிங்கிலங்கள் வேகத்தைக் குறைத்துக் கொண்டன. ஒரு திமிங்கிலம் மெல்ல மூச்சை வெளியில்விட, பெரிய ஒரு நீர்க்குமிழி மேலே எழும்பியது. அடுத்தடுத்து எல்லாத் திமிங்கிலங்களும் பெரிதாக மூச்சுவிட்டன.

"இப்போ நீருக்கடியில் இருக்கும் ஒலிகளையும் சேகரிக்கும் ஹைட்ரோ போனை இயக்கப் போறேன். கடலில் உள்ள சத்தமும் உங்களுக்குக் கேட்கும்" என்றபடி ஒரு பட்டனைத் தட்டினார் அருணா. புஸ்புஸ்ஸென்று பெரிய மூச்சுவிடும் சத்தமும் திமிங்கிலங்களின் மெல்லிய உறுமலும் கேட்டன. மூச்சு விட்டபடியே திமிங்கிலங்கள் வட்ட வடிவில் சுற்றிச் சுற்றி நீந்திக்கொண்டிருந்தன. மீன் கூட்டங்கள் வெளியில் போக முடியாமல் அந்த வட்டத்துக்குள் சிறைபட்டதுபோல் இருந்தன.

"அங்க பாருங்க" என்று ட்ரோன் காணொளியைக் காட்டினான் செந்தில்.

தண்ணீரில் பெரிய நீர்க்குமிழிகள் உருவாகியிருந்தன. திமிங்கிலங்களின் ஒவ்வொரு மூச்சுக்கும் ஒரு வட்டம் உருவாகும் காட்சி ட்ரோன் காணொளியில் தெரிந்தது. சுருள் வடிவில் ஒரு குமிழி வட்டம் உருவாகியிருந்தது.

திமிங்கிலங்கள் வட்டமிடுவதை நிறுத்தவில்லை, சத்தமும் கேட்டுக்கொண்டேயிருந்தது. வெங்கணா மீன்கள் மெல்ல கடல்பரப்பை நோக்கி நீந்தத் தொடங்கின.

திடீரென்று அமைதி. நீர்க்குமிழிகள் வருவது நின்றது. நீர்மூழ்கிக்குள் இருப்பவர்களும் ஓசையின்றி எல்லாவற்றையும் கவனித்தார்கள். அடுத்த நொடி ரயிலின் சத்தம் போல 'கூ' என்று கேட்டது. "யப்பா" என்று காதை மூடிக்கொண்டாள் ரக்ஷா.

ஒரு திமிங்கிலம் வாயைப் பிளந்தபடி வேகமாக மேல்நோக்கி நீந்தியது. மற்ற திமிங்கிலங்களும் உடனே வாயைத் திறந்துகொண்டு மேல்நோக்கி நீந்தின. மீன்கள் எம்பி எம்பி தப்பிக்க முயற்சி செய்தன. ட்ரோன் காணொளியில் வாயைத் திறந்தபடி திமிங்கிலங்கள் வருவதும் திமிங்கிலங்களின் வாய்க்குள் மீன்கள் கூட்டம் கூட்டமாக விழுவதும் தெரிந்தது.

மெல்ல நீர்க்குமிழி வட்டங்கள் மறையத் தொடங்கின. எங்கிருந்தோ வந்த கடற்பறவைகளும் எம்பி வரும் மீன்களை வேட்டையாடத் தொடங்கியதில் பறவைகளின் ஒலி, 'சளப் சளப்' என்று மீன்கள் துள்ளும் சத்தம், திமிங்கிலங்களின் உறுமல் என்று அந்த இடத்தில் ஒரே இரைச்சலாக இருந்தது.

"திமிங்கிலங்களுக்கு நல்ல வேட்டைதான்" என்றாள் ரோசி.

"இந்தத் திமிங்கிலங்களைக் கூன்முதுகுத் திமிங்கிலங்கள்னு (Humpback whales) சொல்வோம். இவை, இரையை அப்படியே விழுங்கும் இயல்புகொண்டவை. இந்த உணவுமுறை Bubble net feeding.

அதாவது நீர்க்குமிழியால் வலைகள் அமைத்து மீன்பிடித்துச் சாப்பிடும் பண்பு. இந்தக் குமிழ்கள் உருவாகும்போது பெரிய சத்தம் வந்ததுதானே? அந்தச் சத்தத்துக்குப் பயந்து மீன்கள் ஒரே இடத்தில் நெருக்கமாக நீந்தும். அப்போ திமிங்கிலங்கள் எளிதா மீன்களை விழுங்கிடும்'' என்று நிறுத்தினார் அருணா.

‘‘இது ரொம்பப் பயனுள்ள வேட்டை முறையா இருக்கே! எல்லாக் கூன்முதுகுத் திமிங்கிலங்களும் இப்படித்தான் சாப்பிடுமா?'' என்றான் செந்தில்.

‘‘இல்லை. இது இயல்பிலேயே உள்ள குணம் கிடையாது, கற்றுக்கொள்ளப்பட்ட ஒரு வழக்கம்தான். எல்லாக் கூன்முதுகுத் திமிங்கிலங்களும் இப்படிச் செய்வதில்லை. சில திமிங்கிலக் குடும்பங்களில் மட்டும்தான் இது இருக்கு'' என்றார் அருணா.

‘‘கூட்டு வேட்டை முறைக்குப் பெரிய அளவில் அறிவு வேணும்னு சொல்லியிருக்கீங்க. அதுவும் மரபணுவில் இல்லாம, ஒரு வாழ்நாளுக்குள் இதைக் கத்துகிட்டுச் செய்யணும்னா பெரிய விஷயம்தான்'' என்றாள் ரக்ஷா.

‘‘உண்மைதான். இது பற்றிப் பல ஆராய்ச்சிகள் நடந்திட்டு இருக்கு'' என்று அருணா சொல்லும்போதே, ‘‘இந்தப் பழக்கம் எப்படி வந்திருக்கும்?'' என்றான் செந்தில்.

‘‘குறைந்த நேரத்தில் விரைவா நிறைய மீன்களை விழுங்க இது உதவுது. ஆகவே சூழல் மாறுபாடுகளால் உணவு கிடைக்காமல் இருக்கும்போது இந்தப் பழக்கம் வந்திருக்கலாம்னு ஒரு கருத்து இருக்கு. பொதுவா திமிங்கிலங்கள் எல்லா மாதங்களிலும் வேட்டையாடுவதில்லை. வலசை - இனப்பெருக்கம்னு வெவ்வேறு செயல்பாடுகளில் இருக்கும். ஆகவே, வேட்டையாடும் கொஞ்ச காலத்தில் அதிக இரையைப் பிடிப்பதற்காகக்கூட இது உருவாகியிருக்கலாம்'' என்று சொல்லி முடித்தார் அருணா.

‘‘இன்னும் இது பத்தி சரியா தெரியலைன்னு யாரும் கவலைப்பட வேண்டாம். நான் வளர்ந்து பெரிய விஞ்ஞானியாகி இதைப் பத்தி கண்டுபிடிச்சு சொல்றேன்'' என்றான் செந்தில்.

‘‘இந்த ஹைட்ரோபோனை வெச்சு யார் யார் என்னென்ன கடல் சத்தத்தைக் கேட்க ஆசைப்படுறீங்க?'' என்று ரோசி கேட்க, மற்ற இருவரும் யோசிக்க ஆரம்பித்தார்கள்.

வயிறு நிறைந்த திருப்தியில் திமிங்கிலங்கள் கடற்பரப்பிலிருந்து கீழே வந்து சோம்பேறித்தனமாக நீந்தின. அந்த இடத்தைவிட்டு மெல்லப் புறப்பட்டது நாட்டிலஸ் நீர்மூழ்கி.

21

அதிவேக வேட்டையாடி

சீறிப்பாய்ந்த நாட்டிலஸ் நீர்மூழ்கி, நடுக்கடலில் வேகத்தைக் குறைத்தது. சிறிய மீன்கள் கூட்டம் எங்கிருந்தோ வந்தது.

"மீன்கள் வந்தாச்சுனா வேட்டையாடிகளும் வரும், வேடிக்கை பார்க்கத் தயாராக வேண்டியதுதான்" என்றாள் ரோசி.

பெரிய மீன்கள் மெதுவாக வந்தன.

"யப்பா... எவ்வளவு பெரிய மூக்கு!" என்றாள் ரோசி.

"இது மூக்குதானா? இல்லை கொம்புன்னு சொல்லலாமா?" என்று கேட்டான் செந்தில்.

"இது அலகு அல்லது மேல்தாடை நீளமா இருப்பதால் உருவாகும் அமைப்பு. இதோட பெயர் மயில்கோலா (*Sail fish*). *Sail* என்றால் பாய்மரம். இதோட முதுகுத் துடுப்பு பாய்மரம் மாதிரி விரியும் என்பதால் வந்த பெயர். மயில்கோலாங்கிற பெயருக்கும் அந்த முதுகுத் துடுப்புதான் காரணம்" என்றார் அருணா.

"கடலில் மிக விரைவாக நீந்தும் மீன் இதுதானே?" என்று கேட்டாள் ரக்ஷா.

"அதேதான். இந்த மீன்கள் அதிவேகமா நீந்தும். மணிக்கு 40 கிலோமீட்டர் வேகம் வரைகூட நீந்தும்" என்றார் அருணா. பிறகு வேட்டையைக் கவனிக்கும்படி சைகை செய்தார்.

அங்கே மயில்கோலாக்கள் மெதுவாக நீந்தியபடி மீன்கூட்டத்தை நெருங்கின. திடீரென்று அவற்றின் முதுகுத் துடுப்பு பாய்மரம் போல் விரிந்தது. மீன்கூட்டத்தை நெருங்கிய மயில்கோலாக்கள் நீளமான அலகுகளை அசைத்தன. சிறு மீன்கள் குழம்பியதால் கூட்டம் கலையத் தொடங்கியது. மயில்கோலாக்கள் விடாமல் அலகுகளை அசைத்துக்கொண்டிருந்தன.

திடீரென்று மயில்கோலாக்களின் நிறம் மாறியது! ஒரு நொடிக்குள் வெளிர் நீலத்தில் மஞ்சள் கோடுகள் கொண்ட நிறம் அவற்றின் உடலில் தெரிந்தது! மீன்கூட்டத்தில் குழப்பம் அதிகரித்தது. மீன்கள் அங்கும் இங்கும் துள்ளிக் குதித்தன.

“அலகுகளை அசைக்கும்போது மீன்களுக்குக் காயம் படுது, கூட்டம் கலையுது, அதுங்க குழம்பிப்போகுது, கவனிச்சீங்களா?” என்றாள் ரோசி.

மீன்கள் கடல்நீருக்கு மேலே குதித்தபோது மயில்கோலாக்கள் அவற்றை விழுங்க ஆரம்பித்தன.

“எவ்வளவு வேகமா, திறமையா வேட்டையாடுது” என்று ஆச்சரியப்பட்டான் செந்தில்.

“இன்னும் வேட்டை தொடருது, கவனிங்க. அதோ அந்தப் பக்கம் இருக்கும் மயில்கோலா, எப்பவுமே அலகை வலது பக்கம்தான் அசைக்குது. இதோ இந்த மயில்கோலா இடதுபக்கம் மட்டுமே அசைக்குது பாருங்க” என்றார் அருணா.

“அட, ஆமாம்” என்று ரக்ஷா சொல்ல, மூவரும் எந்த மீன் எந்தப் பக்கம் அலகை அசைக்கிறது என்று விவாதித்தார்கள். “நமக்கு வலதுகைப் பழக்கம், இடதுகைப் பழக்கம் இருப்பதுபோல மயில்கோலாக்களுக்கும் பழக்கம் இருக்கு, அப்படித்தானே?” என்றாள் ரோசி.

“மிகவும் சரி” என்று அருணா தலையாட்டினார்.

“திடீர்னு கலர் மாறியது எதுக்கு?” என்று ரக்ஷா கேட்க, “தன்கூட வேட்டையாடும் பிற மயில்கோலாக்களுக்குத் தகவல் பரிமாறத்தான். சரியா?” என்று அருணாவை ஆர்வமாகப் பார்த்தான் செந்தில்.

“ஆமா. சரிதான். தகவல் பரிமாறுவதோடு இரைமீன்களைத் திடீர்னு குழப்பவும் நிறமாற்றம் உதவும்” என்றார் அருணா.

“நீந்தும்போது இந்த முதுகுத்துடுப்பை நீட்டுவதாலும் மடக்குவதாலும் மயில்கோலாக்களால் வேகத்தைக் கட்டுப்படுத்த முடியும். இயக்கவியல் சார்ந்த நுணுக்கமான அம்சம் இதுன்னு விஞ்ஞானிகளே ஆச்சரியப்படறாங்க. வேகமா நீந்துவது மட்டுமல்ல, வேட்டையாடுவதற்காக அலகை முன்னோக்கி அசைப்பதிலும் அதிவேகம்தான். அலகின் நுனி ஒரு நொடிக்கு 130 மீட்டர் முன்னோக்கிப் பாயும்” என்றார் அருணா.

“எனக்கு இதைப் பார்க்கும்போது ஃபென்சிங் எனப்படும் வாள் வீச்சு விளையாட்டு நினைவுக்கு வருது. வேகமா முன்னோக்கி வாளின் நுனியை நீட்டுவதுதான் அங்கேயும் முக்கியமானதா இருக்கு” என்றாள் ரக்ஷா.

“கடலுக்குள்ள போட்டி வெச்சா இதுக்குத்தான் தங்கப் பதக்கம் கிடைக்கும்” என்று ரோசி சொல்ல, அருணா சிரித்துக்கொண்டார். சின்ன உறுமலுடன் நாட்டிலஸ் நீர்மூழ்கி அங்கிருந்து புறப்பட்டது.

22

கடலுக்கு அடியில் பனிப்புயல்!

வேகமாக வந்த நாட்டிலஸ் நீர்மூழ்கி, ஆஸ்திரேலியாவின் பெரும் பவளத்திட்டு அருகில் நின்றது. விளக்கைப் போட்ட அருணா, "இரவு நேரத்துல பவளத்திட்டுகள் தனி அழகுதான்! ஒரு பிரம்மாண்ட நிகழ்வைப் பார்ப்பதற்காக வந்திருக்கோம். அதோ, அங்க பாருங்க" என்று பரபரப்பானார்.

பவள உயிரிகளிடமிருந்து சின்னஞ்சிறிய துகள்கள் வெளியேறிக்கொண்டிருந்தன! தூறலாகத் தொடங்கி ஒன்றிரண்டு நிமிடங்களிலேயே அடித்துப் பெய்யும் மழையைப் போல சின்ன சின்ன துகள்கள் வெளியில் வரத் தொடங்கின. சில நிமிடங்களிலேயே அந்த இடத்தில் அடர்த்தியாகப் பனி பெய்வதுபோல் இருந்தது.

"பவள உயிரிகள் முட்டை போடுதா?" என்று கேட்டாள் ரக்ஷா.

“இது இனப்பெருக்க நிகழ்வுதான். ஆனால், முட்டை போடும் நிகழ்வு இல்லை. முட்டை என்பது உயிரணுவும் கருமுட்டையும் சேர்ந்த பிறகு வரும். ஆனா, இது இணைசேருதல் நிகழ்வு. இங்க இருக்கும் சில பவள உயிரிகள் இணை சேர்வதைத்தான் பார்த்துகிட்டு இருக்கோம். அதாவது இந்தப் பவள உயிரிகள் கருமுட்டைகளையும் உயிரணுக்களையும் வெளியேற்றுது” என்று சொல்லி நிறுத்தினார் அருணா.

“இது *Broadcast Spawning* தானே! அதாவது தண்ணீரில் உயிரணுக்கள், கருமுட்டையை அப்படியே வெளியிடும் பண்பு. பாடத்தில்கூட வருமே...” என்றான் செந்தில்.

“பிரமாதம்! அதேதான்! இந்த இனப்பெருக்க செல்களுக்குச் சில மணிநேரம்தான் உயிர்ப்பும் வீரியமும் இருக்கும் என்பதால் இரண்டு வகை செல்களும் ஒரே நேரத்தில் தண்ணீரில் இருந்தால்தான் இனப்பெருக்கம் சரியா நடக்கும். இப்படி ஒரே நேரத்தில் இனப்பெருக்கம் செய்வதை *Synchronised spawning*னு சொல்வாங்க. இது எல்லாப் பவள உயிரிகளிலும் இருக்காது. இந்த ஒத்திசைவு இனப்பெருக்கம் இடம், இனத்தைப் பொறுத்து மாறுபடும் பண்பு” என்றார் அருணா.

“அப்புறம் எப்படி ஒரே நேரத்தில் தயாராகும்?” என்று ஆச்சரியப்பட்டாள் ரோசி.

“அங்கதான் சுற்றியுள்ள வெப்பநிலையும் நிலவின் சுழற்சியும் முக்கியப் பங்கு வகிக்குது. இன்று முழு நிலா இருக்கு பார்த்தீங்களா? பொதுவா பவள உயிரிகள் பௌர்ணமி அன்றுதான் இனப்பெருக்கம் செய்யும். ஆண்டில் ஒரு சில மாதங்களில் முழு நிலவு நாளில் இவை இனப்பெருக்கத்துக்குத் தயாரா இருக்கும். ஆனா, பவள உயிரிகளின் உடலில் இருந்து வெளியேறுவதற்கான அந்த இறுதி உந்துதல் வரணும்னா செல்கள் முதிர்ச்சியடையணும். அதற்குக் கடல்நீர் வெப்பநிலை கொஞ்சம் கூடுதலா இருக்கணும். சராசரியா வெப்பநிலை 26 டிகிரி செல்சியஸுக்கும் மேலே போகும்போது இந்த செல்களில் ஒரு மாற்றம் நடந்து அவை முதிர்ச்சியடைகின்றன, பிறகு வெளியேற்றப்படுகின்றன.”

“அப்போ எல்லா நேரமும் கடல் வெப்பநிலை அதிகமாவே இருந்தா நிறைய பவள உயிரிகள் இனப்பெருக்கம் செய்யுமா?” என்று கேட்டான் செந்தில்.

“அது எப்படி? வழக்கமான குளிர்நீரில் இருந்து கொஞ்சம் வெப்பம் அதிகரிச்சா நல்லது. ஆனா, வெப்பமாவே இருந்தா இனப்பெருக்க சுழற்சியில் மற்ற நிலைகள் எப்படி நடக்கும்?” என்றாள் ரோசி.

“இனப்பெருக்கம் வெற்றிகரமா முடிஞ்சாகூட, வரக்கூடிய லார்வா பிழைச்சிருக்கணும், அதுக்கு உணவு கிடைக்கணும், இதுக்கெல்லாம்

கூடுதல் வெப்பம் சரிப்பட்டு வராதே" என்றாள் ரக்ஷா.

"நீங்க ரெண்டு பேர் சொன்னதும் சரி. இனப்பெருக்க சுழற்சி என்பது ஒரு நுணுக்கமான அமைப்பு. அதில் எல்லாம் சரியா பொருந்தணும். இது மட்டுமில்ல, ஒரு நாளில் பகல் நேரம் எவ்வளவு, ஓதம் (கடல் ஏற்றவற்றம்), உப்புத்தன்மை எல்லாமே பொருந்தும்போதுதான் இந்த இனப்பெருக்கம் நடக்கும்."

"இப்போ இனப்பெருக்க செல்களை வெளியிட்ட பவள உயிரிகள் எல்லாமே ஒரே இனமா?' என்று கேட்டாள் ரக்ஷா.

"ஆமாம், குழப்பம் வரக் கூடாது என்பதால் வெவ்வேறு இனங்கள் வெவ்வேறு நேரத்தில் இனப்பெருக்கம் செய்யும். ஒரு குறிப்பிட்ட நேரத்தில் கடல்நீரில் இருக்கும் எல்லா இனப்பெருக்க செல்களும் ஒரே இனத்தைச் சேர்ந்தவையாதான் இருக்கும். இயற்கையின் ஏற்பாடு அது" என்று சொல்லி முடித்தார் அருணா.

"ஒரு உயிரின் தொடக்கத்தைப் பார்த்திருக்கோம். சிலிர்ப்பா இருக்கு" என்று ரக்ஷா சொல்ல, அருணா அந்த உயிரணு, கருமுட்டையின் நுண்ணோக்கிப் படங்களை அவர்களிடம் காட்டினார்.

முழுநிலவின் ஒளியில் புதிய தலைமுறை ஒன்று தன் பயணத்தைத் தொடங்க, மெதுவாகப் புறப்பட்டது நாட்டிலஸ் நீர்மூழ்கி.

23

உலகின் மிக ஆழமான பகுதி!

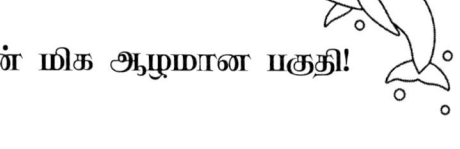

மேற்கு பசிபிக் கடலில் பயணித்துக்கொண்டிருந்த நாட்டிலஸ் நீர்மூழ்கி, கடலின் ஆழத்துக்குள் சென்று கும்மிருட்டான கடல் தரையில் நின்றது. ஆராய்ச்சியாளர் அருணா விளக்குகளை இயக்கி, "கடல்களிலேயே மிக ஆழமான பகுதிக்கு வந்திருக்கோம்" என்று அறிவித்தார்.

"எவ்வளவு ஆழம்?" என்றான் செந்தில்.

"இந்தக் குறிப்பிட்ட பகுதியின் ஆழம் 10,935 மீட்டர். அதாவது கடல்மட்டத்திலிருந்து 11 கிலோமீட்டர் ஆழம்" என்றார் அருணா. மூவரும் திகைத்துவிட்டனர்.

"இது Challenger Deep. கடலின் மிக ஆழமான பகுதி. மரியானா ட்ரெஞ்ச் (Mariana Trench) என்கிற குழிவான பகுதியின் அங்கம்தான் இந்த இடம். இது எவ்வளவு ஆழமா இருக்கும்னா, நிலத்தில் மிக உயர்ந்த மலைச்சிகரமான எவரெஸ்டை இதற்குள் போட்டால்கூட, கடல் மட்டத்துக்கு வர 2 கிலோமீட்டர் இடைவெளி இருக்கும்" என்றார்.

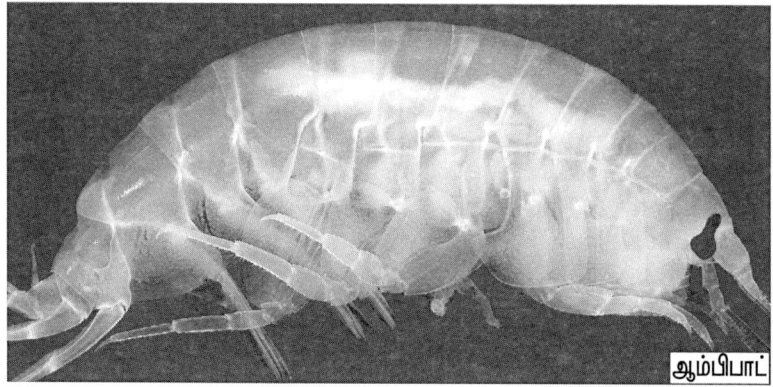

ஆம்பிபாட்

ஸெனேபியோபோர்

“அட, கற்பனைகூட செஞ்சு பார்க்க முடியல. ஆழம் அதிகமா இருப்பதால் இங்க சூழலும் மாறுபட்டதா இருக்குமா?” என்றாள் ரக்ஷா.

“ஆமாம். இங்க அழுத்தம் மிக அதிகம். இங்குள்ள அழுத்தம் கடல்மட்டத்தைப் போல 1,071 மடங்கு அதிகம். அதாவது, ஒருவர் தலையில் 50 ஜம்போ ஜெட் விமானங்களை வைத்தால் எவ்வளவு அழுத்தம் இருக்குமோ அவ்வளவு அழுத்தம் இருக்கும்! இங்கே சூரிய ஒளியே கிடையாது. எப்போதும் கும்மிருட்டுதான். நீரின் வெப்பநிலையும் ரொம்ப குறைவு. நான்கு டிகிரி செல்சியஸ் வரைதான் இருக்கும்” என்று அந்தச் சூழலின் பண்புகளை அடுக்கினார் அருணா.

“சரிதான். எதுவுமே வாழ முடியாத பாலைவனம் போலத்தான் இதுவும்” என்றான் செந்தில்.

சிரித்துக்கொண்டே கைகாட்டினார் அருணா. அங்கே பவள உயிரியைப் போன்ற ஓர் உயிரினம் சிறிய கால்பந்து அளவில் தெரிந்தது!

“இங்கேயும் உயிரிகள் இருக்கா?” என்று ஆச்சரியப்பட்டாள் ரோசி.

“ஆமாம். இது ஸெனோபியோபோர் (*Xenophyophore*). ஓடுள்ள உயிரி. இது 10 செ.மீ. முதல் 20 செ.மீ. விட்டம் வரை வளரும்” என்றபடி இன்னோர் இடத்தைக் காட்டினார் அருணா. அங்கே பெரிய இறால்

போன்ற உயிரி ஒன்று ஊர்ந்துகொண்டிருந்தது.

"இது ஆம்பிபாட் (*Amphipod*). இவை நண்டு, இறால் குடும்பத்தைச் சேர்ந்த கடல் உயிரிகள். இவை கடல்நீரில் உள்ள கால்சியம் கார்பனேட்டைப் பிரிச்சு தங்களுடைய ஓட்டை உருவாக்கும். ஆனா, இந்த அழுத்தமான சூழலில் அது சாத்தியமில்லை, உருவாகும் ஓடு நிலையா இருக்காது. அப்படின்னா இந்த விலங்குகள் எப்படிச் சமாளிக்குதுன்னு விஞ்ஞானிகளுக்கு குழப்பம். 2019ஆம் ஆண்டில்தான் அதற்கான விடையைக் கண்டுபிடிச்சிருக்காங்க. இந்தத் தரைப்பகுதியில் இருக்கும் மண்ணில் அலுமினியம் அதிகம். அந்த அலுமினியத்தை உறிஞ்சும் ஆம்பிபாடுகள், தங்களுடைய ஓடுக்கு வெளியில் அதை ஒரு படலம் மாதிரி உருவாக்குது. இதன்மூலம் ஓடு கரையாமல் பாதுகாக்கப்படுது. கிட்டத்தட்ட ஒரு போர்க்கவசம் மாதிரி இந்த அலுமினியம் செயல்படுது!" என்று சொல்லி நிறுத்தினார் அருணா.

"அட்டகாசம்" என்றாள் ரக்ஷா.

"அது கடல் அட்டை மாதிரி இருக்கே" என்று கேட்டாள் ரோசி.

"ஆமா, இங்கே கடல் அட்டைகளும் உண்டு. நத்தைமீன் என்ற ஒரு மீன், எட்டு கி.மீ. ஆழம் உள்ள கடற்பகுதியிலிருந்து இங்கே அப்பப்போ வந்து வேட்டையாடும்" என்றார் அருணா.

"ஆமா, இங்க இருக்கும் விலங்குகள் என்ன சாப்பிடும்?" என்று கேட்டான் செந்தில்.

"சுற்றியுள்ள கடல்நீர், கடல் தரையிலிருந்து கிடைக்கும் உணவுத் துணுக்குகள்தாம் இவற்றுக்கு உணவு. மற்றபடி இந்த விலங்குகளைப் பற்றிய பெரும்பாலான விவரங்கள் இன்னும் சரியா தெரியல. விஞ்ஞானிகள் ஆராய்ச்சி செஞ்சிட்டு இருக்காங்க" என்று முடித்தார் அருணா.

"இந்தச் சூழலில்கூட விலங்குகள் வாழுதுனா அதிசயம்தான்" என்று செந்தில் ஆச்சரியப்பட, ஆழ்கடலில் இருந்து மெதுவாகப் புறப்பட்டது நாட்டிலஸ் நீர்மூழ்கி.

24

டைனோசர் காலத்து மீன் இனம்!

ஆப்பிரிக்காவின் கிழக்குப் பகுதியில் இந்தியப் பெருங்கடலில் சீறிப்பாய்ந்துகொண்டிருந்த நாட்டிலஸ் நீர்மூழ்கி, "ஆழம் - 150 மீட்டர்" என்ற அறிவிப்புடன் வேகத்தைக் குறைத்தது.

“அட! மறுபடியும் இதே இடமா? ஆறு நாளா ராத்திரி நேரம் இங்க வந்து காத்திருக்கோம். நாம என்னதான் பார்க்கப் போறோம்? ” என்று அலுத்துக்கொண்டான் செந்தில்.

இரண்டு மணி நேரம் அப்படியே கழிந்தது.

“அதோ அதோ” என்று அருணா பரபரப்பானார். தூரத்தில் நிழலாக ஒரு பெரிய மீனின் வடிவம் தெரிந்தது. அருணாவின் முகம் பிரகாசமானது.

ஆறு அடி நீளம் கொண்ட பெரிய மீன் அது. கறுப்பும் பழுப்பும் அடர்நீலமுமாகத் தெரிந்தது.

“இந்த மீனைப் பார்க்கவா இவ்வளவு தூரம் வந்தோம்!” என்றாள் ரக்‌ஷா.

“ஆமா, ஏதோ டைனோசர் காலத்து இனம் மாதிரி இருக்கு” என்றாள் ரோசி.

“அதேதான். சீலகாந்த் (Coelacanth) பண்டைய மீன் இனம்தான். 6.5 கோடி ஆண்டுகளுக்கு முன்னால டைனோசர்கள் அழிஞ்சு போனதே, அப்போது இந்த மீன் இனம் அழிஞ்சு போயிட்டதா எல்லாரும் முடிவு பண்ணிருந்தாங்க. இது அழியலைன்னு எப்படிக் கண்டுபிடிச்சாங்க தெரியுமா?” என்று கேட்டார் அருணா.

“எப்படி?” என்று மூவரும் ஒரே குரலில் கேட்டார்கள்.

“1938இல் தென்னாப்பிரிக்காவை ஒட்டிய கடலில் இந்த மீன் வலையில் மாட்டியது. மீனவர்கள் அந்தத் தகவலை அருங்காட்சியகத்துக்குச்

சொன்னாங்க. அருங்காட்சியகத்தின் பொறுப்பாளரா இருந்த மார்ஜரி கோர்னே லாட்டிமர் இதை மீனியலாளர் ஜே.எல்.பி.ஸ்மித்திடம் சொன்னார். அவர்தான் இது அழிந்துபோனதா சொல்லப்பட்ட சீலகாந்த் இனம்னு உறுதிப்படுத்தினார்" என்றார் அருணா.

"ஆராய்ச்சியாளர் ஸ்மித்துக்கு எவ்வளவு ஆச்சரியமா இருந்திருக்கும்!" என்றாள் ரோசி.

"மற்ற மீன்களோடு ஒப்பிடும்போது இதில் பல சிறப்பம்சங்கள் இருக்கு. இதோட இதயம், முதுகுத்தண்டு எல்லாமே கொஞ்சம் வேறுபட்டது. ஆழ்கடலில் வாழ்றதுக்காக இதில் கொழுப்பு நிரம்பிய நுரையீரல் போன்ற அமைப்பு இருக்கும். இந்த மீனுடைய பரிணாம வளர்ச்சி, மரபணுக் கூறுகளை விஞ்ஞானிகள் ஆராய்ச்சி செஞ்சிட்டு வர்றாங்க. 1999இல் இந்தோனேசியாவிலும் ஒரு சீலகாந்த் கண்டறியப்பட்டது. அது ஒரு தனி இனம்னு விஞ்ஞானிகள் உறுதிப்படுத்தியிருக்காங்க"என்றார் அருணா.

"இது இரவில்தான் வேட்டையாடுமா? " என்றாள் ரோசி.

"ஆமாம், இது ஒரு இரவாடி இனம். பகலில் ஓய்வெடுத்துவிட்டு இரவில் கணவாய்கள், மீன்களை வேட்டையாடும். இந்த மீன் பற்றி 5 ஆண்டுகளா ஆராய்ச்சி செய்துவரும் என் நண்பர், இதுவரை 3 மீன்களைத்தான் பார்த்திருக்காராம்" என்றார் அருணா.

"அப்படியா?" என்று செந்தில் திகைக்க, "ஆமாம், நாம இதைப் பார்க்க முடிஞ்சது பெரிய அதிசயம், மற்ற விஞ்ஞானிகள் இதைக் கேட்டா ஆச்சரியப்படுவாங்க" என்று அருணா சொல்ல, மூவரும் ஆச்சரியப்பட்டனர்.

"இதை நேரில் பார்க்கறது ஏன் இத்தனை கஷ்டமா இருக்கு? இது அழிந்துவரும் இனமா?" என்று கவலையுடன் கேட்டாள் ரக்ஷா.

"ஆமா, இப்போ மொத்தமே 500 ஆப்பிரிக்க சீலகாந்த் மீன்கள்தாம் பாக்கி இருக்கு. ஆழ்கடலில் மீன்வலைகள் வீசப்படும்போது, அதில்

தற்செயலா சிக்கி நிறைய சீலகாந்த் மீன்கள் அழிஞ்சிருக்கு. ஆனா, சீலகாந்த் மீன்களை யாரும் சாப்பிடுவதில்லை. அது தற்செயலா நடப்பதுதான். ஆகவே இந்த மீன்களைத் தொந்தரவு செய்யாமல் ஆழ்கடலில் மீன்பிடிக்க முடியுமான்னு வனவிலங்குப் பாதுகாவலர்கள் ஆராய்ச்சி செஞ்சிட்டு இருக்காங்க. அது தவிர, இந்த மீன் இருக்கும் இடமும் ரொம்ப ஆழமா இருப்பதால், மற்ற மீன்கள் போல இதைச் சுலபமா பார்க்க முடிவதில்லை" என்று சொல்லி முடித்தார் அருணா.

"டைனோசர் காலத்தில் இருந்தே தாக்குப் பிடிக்கும் மீன் இனம்... ஆஹா.... எனக்குக் கால இயந்திரத்தில் பயணம் செஞ்ச மாதிரி இருக்கு" என்றாள் ரோசி. எல்லாரும் சிரித்தனர்.

சீலகாந்த் மெதுவாக நீந்திக்கொண்டிருக்க, அதைத் தொந்தரவு செய்யாமல் ஓசையின்றி புறப்பட்டது நாட்டிலஸ் நீர்மூழ்கி.

25

 கணவாய்களின் வளர்ப்புப் பண்ணை!

வேகமாகச் சீறிப்பாய்ந்த நாட்டிலஸ் நீர்மூழ்கி, பசிபிக் பெருங்கடலில் கலிபோர்னியாவுக்கு அருகில் மூன்று கிலோமீட்டர் ஆழத்தில் நின்றது.

"கடலுக்கடியில் மலைத்தொடர்களும் சிகரங்களும் இருக்குன்னு படிச்சிருக்கேன். ஆனா, இப்போதான் நேரில் பார்க்கிறேன்" என்றான் செந்தில்.

"இது டேவிட்சன் கடல்மலை (Davidson Seamount). இதன் உயரம் கிட்டத்தட்ட இரண்டரை கி.மீ. (2250 மீ). கடலுக்கு அடியில் இருக்கும் மலைகள் முக்கியமான வாழ்விடங்களா இருக்கு. இங்கு எத்தனை விதமான மீன்கள் இருக்கு பார்த்தீங்களா?" என்று அங்கிருந்த மீன்கூட்டங்களைக் காட்டினார் ஆராய்ச்சியாளர் அருணா. மூவரும் அந்த

மீன்கூட்டங்களையும் பிரம்மாண்ட மலையையும் ரசித்தனர்.

நாட்டிலஸ் நீர்மூழ்கி அங்கிருந்து தென்கிழக்குப் பக்கமாகப் பயணித்து, பாறைகள் நிறைந்த ஒரு பகுதிக்கு வந்தது. “அதோ பாருங்க” என்று அருணா கைகாட்டவே, “என்ன சின்ன சின்னதா வெளிர் ஊதா நிறத்துல மூட்டை மாதிரி கிடக்கு” என்று ஆச்சரியப்பட்டாள் ரோசி.

ரோபாட் கேமரா காட்சிகளைப் படம்பிடித்தது. காட்சிகள் நீர்மூழ்கியின் திரையில் தெரிந்ததும், “அட! பந்து போல சுருண்டிருப்பது எல்லாம் கணவாய்களா?” என்று மூவரும் ஆச்சரியப்பட்டனர்.

“ஆமாம். இது ஆழ்கடலில் வாழும் ஒருவகை பேய்க்கணவாய் (Octopus). இதுங்களோட இயற்கையான வளர்ப்புப் பண்ணை (நர்சரி) இது. அதாவது, இங்க நீங்க பார்க்கும் ஆயிரக்கணக்கான கணவாய்கள் எல்லாமே முட்டைகளை அடைகாக்கும் பெண் விலங்குகள்” என்று விளக்கினார் அருணா.

“இதுங்க உள்புறம் வெளியில் தெரியும்படி ஏன் சுருண்டு இருக்கு?” என்று செந்தில் கேட்டான்.

“இந்த வகை விலங்குகள் முட்டைகளை அடைகாக்கும் முறை இதுதான். உடலை வளைத்து சுருட்டி, முட்டைகளை மணலோ தூசியோ படாமல் வேட்டையாடிகளிடமிருந்து இந்தக் கணவாய்கள் பாதுகாக்கும்” என்று அருணா சொல்லிக்கொண்டிருந்தபோதே, ரோபாட் கேமரா முன்னோக்கிப் பயணித்தது. பார்க்கும் இடமெல்லாம் ஊதா மூட்டைகளாகக் கணவாய்கள் சுருண்டு கிடந்தன.

“அடடா! எவ்வளவு கணவாய்கள்!” என்று ரக்‌ஷா ஆச்சரியப்பட்டாள்.

“ஆமாம், இந்த உலகத்திலேயே மிகப்பெரிய கணவாய் வளர்ப்புப் பண்ணை இதுதான். பொதுவா கணவாய்கள் தனித்து வாழும் இயல்பு உடையவைன்னு ஒரு நம்பிக்கை இருந்தது. ஆனா, சில ஆண்டுகளுக்கு முன்பாக கிழக்கு அட்லாண்டிக் பெருங்கடலில் நிறைய கணவாய்கள் இருக்கும் ஒரு பகுதி கண்டுபிடிக்கப்பட்டது. இது கணவாய்கள் அடிக்கடி வந்து ஒன்றுகூடும் சமுதாயக் கூடம் மாதிரின்னு வெச்சிக்கோங்க. இந்தப் பகுதிக்கு விஞ்ஞானிகள் ஆக்ட்லாண்டிஸ்னு (Octlantis) பேர் வெச்சிருக்காங்க. அதற்குப் பிறகு மிக அதிகமான எண்ணிக்கையில் கணவாய்கள் கண்டுபிடிக்கப்பட்டது இந்த இடத்தில்தான். இந்தக் கணவாய் வளர்ப்புப் பண்ணை 2018இல் கண்டுபிடிக்கப்பட்டது” என்றார் அருணா.

“கேமரா காட்சிகளைக் கவனிச்சுப் பாருங்க. வெப்பம் அதிகமா இருக்கும் நீரில் ஒரு நடுக்கம் வருமே, பாறைகளுக்குப் பக்கத்தில்

உள்ள நீரிலும் அந்த நடுக்கம் இருக்கு" என்று கைகாட்டினான் செந்தில்.

"ஆமாம், இந்தப் பகுதியின் வெப்பநிலை அதிகம்தான். பக்கத்தில் இருக்கும் வெந்நீர் ஊற்றுகள் இதுக்கு ஒரு காரணமா இருக்கலாம்னு சொல்றாங்க. ஆனாலும், மற்ற பகுதிகளை விட்டுட்டு இந்த விலங்குகள் இங்கு வந்து ஏன் கூட்டமா இருக்கணும்னு நமக்கு இன்னும் தெளிவா தெரியலை. கடல் மலைகளைச் சுற்றி நீரோட்டம் அதிகமா இருக்கும் என்பதால் ஆக்சிஜன் அதிகமா இருக்கும். இங்க இடுக்கான பகுதிகள் அதிகம் என்பதால் மறைந்து வாழ அது உதவும். பெரிய விலங்குகளும் வேட்டையாடிகளும் குறைவு. இது போன்ற காரணங்களால் கணவாய்கள் இந்த இடத்தைத் தேர்ந்தெடுத்திருக்கலாம்னு விஞ்ஞானிகள் சொல்றாங்க. எது எப்படியோ இந்தத் தேர்வு சரியானதுதான். ஏன்னா, இந்த இடத்தில் உள்ள முட்டைகளில் கரு வளர்ச்சி நல்லாவே இருக்குன்னு உறுதிப்படுத்தியிருக்காங்க" என்று சொல்லி முடித்தார் அருணா.

"ஆமா, இது சரியான இடம், பிடித்த இடம் என்பதால்தானே இங்கே இவ்வளவு விலங்குகள் கூட்டமா கூடியிருக்கு" என்றாள் ரக்ஷா.

"ஆமா, கணவாய்களின் முட்டை எப்படி இருக்கும்?" என்று செந்தில் கேட்க, அருணா விளக்கம் தர ஆரம்பித்தார்.

அடுத்த தலைமுறை கணவாய்களைத் தொந்தரவு செய்யாமல் நாட்டிலஸ் நீர்மூழ்கி மெதுவாகப் புறப்பட்டது.

26

 அடர்கறுப்பு மீன்கள்!

வேகமாகச் சென்றுகொண்டிருந்த நாட்டிலஸ் நீர்மூழ்கி, கலிபோர்னியாவுக்கு அருகில் 200 மீ. ஆழத்தில் நின்றது. சுற்றிலும் இருட்டு. ஆராய்ச்சியாளர் அருணா விளக்கை இயக்கியதும் ஆங்காங்கே சிறு மீன்கள் தெரிந்தன. மற்ற மூவரும் ஆர்வமாக வேடிக்கை பார்த்தனர்.

"அதோ" என்று அருணா கைகாட்ட, மெதுவாக ஒரு மீன் நீந்திக்கொண்டிருந்தது.

"என்ன இது, மீனோட உருவம் சரியா தெரியல" என்றான் செந்தில்.

"அதுதான் விஷயமே. இவை சமீபத்தில் கண்டுபிடிக்கப்பட்டுள்ள அடர்கறுப்பு (Ultrablack) நிற மீன்கள். இந்த மீன்களின் உடலுக்குள் ஒளியை உறிஞ்சும் செல்கள் இருக்கு. அவை, வரக்கூடிய ஒளியில் கிட்டத்தட்ட 99.5% அளவை அப்படியே உறிஞ்சிடும். அதனால்தான் இவை அடர்கறுப்பாகத் தெரியுது. இது மாதிரி 16 வகை மீன்களைக் கண்டுபிடிச்சிருக்காங்க. இதோ இந்த மீன் Fangtooth" என்று நீந்திக்கொண்டிருந்த மீனைக் காட்டினார் அருணா.

“ஆனா, ஆழ்கடல் எப்பவுமே இருட்டாதானே இருக்கு? விளக்கு இருந்தா தான் நம்மளாலேயே எதையாவது பார்க்க முடியுது? இதனால் என்ன பயன்? ”என்று செந்தில் கேட்டான்.

அருணா சிரித்தபடி விளக்கை அணைத்தார். இருட்டுக்குக் கண்கள் பழகியதும் ஆங்காங்கே மினுங்கலாக என்னென்னவோ தெரிந்தன.

“அட!” என்று ஆச்சரியப்பட்டாள் ரோசி.

“ஆழ்கடல் பெரும்பாலும் இருட்டாதான் இருக்கும். ஆனா, இங்க உயிர் ஒளிர்தல் (*Bioluminescence*) பண்புகொண்ட விலங்குகள் அதிகம். அந்த ஒரு சின்ன ஒளி மூலமாகூட வேட்டையாடிகளிடமும் இரை விலங்குகளிடமும் மாட்டிக்க வாய்ப்பு இருக்கே! அதனால் உருவான தகவமைப்பு இது. இதோ இந்த மீனைப் பாருங்க. இதன் பெயர் *Threadfin Dragonfish*. இந்த மீனின் உடல்மேல் படும் ஒளியில் 99.956% உறிஞ்சப்படும்” என்று நீர்மூழ்கிக்கு அருகில் வந்த விலாங்கு போன்ற ஒரு மீனைக் காட்டினார் அருணா.

“ஆ... கறுப்போ கறுப்பு!” என்றாள் ரக்ஷா.

"ஆமாம். இதுபோன்ற அடர்கறுப்பு பண்பு பறவைகளிடம்தான் இருப்பதாக விஞ்ஞானிகள் நினைச்சிட்டு இருந்தாங்க. ஆனால், 2018இல் இதே கலிபோர்னியாவின் ஆழ்கடல் பகுதியில்தான் மீன்களிடமும் இந்தப் பண்பு இருப்பதைக் கண்டுபிடிச்சாங்க. அது மட்டுமில்ல, வழக்கமா இது மாதிரி கறுப்பான உயிரினங்களின் உடலில் இரண்டு வகையான செயல்பாடுகள் நடக்கும். ஒளியை உறிஞ்சுதல் (*Absorption*), ஒளிச்சிதறல் (*Light Scattering*). ஒளியை உறிஞ்சுவதற்கு மெலனின் நிறமிகளும் ஒளியைச் சிதறடிக்க வித்தியாசமான செல் அமைப்புகளும் பயன்படும். ஆனா, இந்த மீன்களின் உடலுக்குள், மெலனின் செல்களே இரண்டு வேலைகளையும் செய்யும்" என்று அருணா சொல்லி நிறுத்தினார்.

“அப்படின்னா வேலை மிச்சம், ஆற்றலும் வீணாகாது” என்று செந்தில் சொல்ல, “நீ ஒண்ணு கவனிச்சியா? பரிணாம ரீதியா அதிகம் முன்னேறிய பறவை இனங்களைவிட, இந்த மீன்களில் இருக்கும் அமைப்பில் செயல்திறன் அதிகமா இருக்கு” என்றாள் ரோசி.

“ஆமாம், நம்முடைய வளர்ந்த அறிவியல் தொழில்நுட்பங்களாலேயே இரண்டையும் செய்யக்கூடிய ஒளி அமைப்புகளை உருவாக்க முடியலையாம். இந்த மீன்களுக்கு எப்படி இது சாத்தியமாச்சுன்னு விஞ்ஞானிகள் ஆய்வு செஞ்சிட்டு இருக்காங்க” என்று பேச்சை முடித்தார் அருணா.

அடர்கறுப்பு மீன்களை எந்தத் தொந்தரவும் செய்யாமல் புறப்பட்டது நீர்மூழ்கி.

27

பிரம்மாண்ட விலங்குகளின் குட்டித் தூக்கம்!

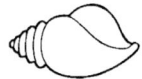

ஜப்பானின் கடற்பகுதியில் வேகமாகச் சென்றுகொண்டிருந்த நாட்டிலஸ் நீர்மூழ்கி, கடற்பரப்புக்கு அருகில் வந்து வேகத்தைக் குறைத்தது. கடல்மட்டத்திலிருந்து இரண்டு மீட்டர் ஆழத்தில் இருப்பதாகத் தகவல் பலகையில் தெரிந்தது. அங்கும் இங்கும் தலையைத் திருப்பி ஏதாவது இருக்கிறதா என்று மூவரும் தேடினர்.

"அதோ!" என்று செந்தில் கைகாட்டினான்.

ரக்ஷா அலறிவிட்டாள். "ஆ! என்ன இது, பெரிய திமிங்கிலங்கள் செங்குத்தா மிதக்குது! என்னாச்சு?"

அங்கே பெட்டி போன்ற பிரம்மாண்டமான தலையைக்கொண்ட

பத்து சாம்பல் நிறத் திமிங்கிலங்கள் செங்குத்தாக மிதந்துகொண்டிருந்தன!

“இவை ஸ்பெர்ம் திமிங்கிலங்கள் (Sperm Whales). பல்லுள்ள திமிங்கில வகையிலேயே மிகப் பெரியவை. எல்லாம் குட்டித் தூக்கத்தில் இருக்கு” என்று விளக்கினார் அருணா.

“கடல்வாழ் விலங்குகள் எப்பவும் தண்ணிக்குள்ளயே இருக்கே, அதுங்க எப்படித் தூங்கும்?” என்று கேட்டாள் ரோசி.

“கடலுக்குள் வாழும் விலங்குகளுக்குத் தண்ணீர்தான் எல்லாமே, ஆக தண்ணீருக் குள்ளேயும் தூங்கும்படி அவை தகவமைக்கப் பட்டிருக்கும்” என்று பதிலளித்த செந்தில், சொன்னது சரியா என்று அருணாவை ஏறிட்டான். அவரும் சரிதான் என்று தலையாட்டினார்.

“சரி, கடல் பாலூட்டிகளுக்கு நீருக்குள் இருக்கும் ஆக்சிஜனைச் சுவாசிக்கும் செவுள் கிடையாது. நம்மைப் போன்ற நுரையீரல் அமைப்புதான் உண்டு. அடிக்கடி கடல் பாலூட்டிகள் கடல் மட்டத்துக்கு வந்து காற்றில் இருக்கும் ஆக்சிஜனைச் சுவாசிப்பதை வீடியோவில் பார்த்திருக்கோம். அப்படின்னா தூக்கத்தில் எப்படி சுவாசிக்கும்?” என்று கேட்டாள் ரக்ஷா. செந்தில் குழப்பத்துடன் யோசிக்க, எல்லாரும் அருணாவைப் பார்த்தார்கள்.

“நிறைய கடல் பாலூட்டிகள் கடல்மட்டத்திலேயேதான் தூங்கும். தொடர்ந்து சுவாசிக்க அது ஒரு வழி. கடல் மட்டத்துக்குக் கொஞ்சம் கீழே தூங்கும் விலங்குகளுக்கு வேற சில தகவமைப்புகள் இருக்கும். இதோ இந்தத் திமிங்கிலங்களைப் பொறுத்தவரை நுரையீரல் கொள்ளளவு கொஞ்சம் அதிகம் என்பதால் தூங்கி முடிக்கும்வரை சேமித்த ஆக்சிஜனே போதுமானது. எழுந்த பிறகு உடனே கடல்மட்டத்துக்குப் போய் சுவாசித்துக்கொள்ளலாம்” என்று விளக்கினார் அருணா.

“ஆமா, இதுங்க ஏன் செங்குத்தா மிதக்குது?” என்று கேட்டாள் ரோசி.

“இந்த அம்சம் 2008இல் கண்டறியப்பட்டது. செங்குத்தாக இருப்பதால் உடலில் நீர்ச்சத்து நன்றாகப் பராமரிக்கப்படும். வேட்டையாடிகளிடமிருந்து தப்பித்துக்கொள்வதும் கொஞ்சம் சுலபம். அதைத் தவிர, செங்குத்தா இருக்கும்போது உடல் வெப்பநிலையையும் கொஞ்சம் பராமரிக்க

முடியுங்கிறது எல்லாம் காரணிகளா இருக்கலாம்னு விஞ்ஞானிகள் சொல்றாங்க” என்று அருணா சொல்லிக்கொண்டிருந்தபோதே, திமிங்கிலங்கள் விழித்துக்கொண்டன. தூக்கம் கலைந்ததுபோல் உடலை அசைத்தன.

“அடடா! நாம வந்தது இதுங்களுக்குத் தொந்தரவா இருந்திருக்குமோ? சத்தம் கேட்டுத் தூக்கம் கலைஞ்சு போச்சு” என்று கவலைப்பட்டாள் ரோசி.

“இல்லை, இங்க வந்து 10, 15 நிமிஷம் இருக்குமா? அந்தக் குட்டித் தூக்கம் இதுங்களுக்குப் போதும்” என்றார் அருணா.

“என்ன! இது போதுமா?” என்று செந்தில் ஆச்சரியப்பட்டான்.

“ஆமாம், ஸ்பெர்ம் திமிங்கிலங்கள் ஒரு நாளைக்கு 7 சதவீத நேரம்தான் தூங்கும். அதாவது வெறும் 100 நிமிடங்கள். இதுங்களுக்கு ஒரு நாளைக்கு ஒன்றரை மணிநேரத் தூக்கம் இருந்தா போதும், அதுவும் இப்படிக் குட்டித் தூக்கம்போல விட்டுவிட்டுக் கிடைச்சா போதும். உலகிலேயே மிகக் குறைந்த நேரம் தூங்கும் விலங்கு இதுதான்” என்றார் அருணா.

“ஆச்சரியமா இருக்கு!”

“இது மட்டுமல்ல, மீன் காட்சியகங்களில் இருக்கும் கடல் பாலூட்டிகள் தூங்கும்போது மூளையின் ஒரு பகுதி மட்டுமே ஓய்வெடுக்கும்னு கண்டுபிடிச்சிருக்காங்க. இன்னொரு பகுதி முழிச்சுகிட்டே இருக்குமாம். இந்தத் திமிங்கிலங்களில் அந்தப் பண்பு இருக்குமான்னு விஞ்ஞானிகள் யோசிக்கிறாங்க. ஆனா, அதை நிரூபிக்கணும்னா இந்த ஸ்பெர்ம் திமிங்கிலங்களின் பிரம்மாண்ட தலையில் சில கருவிகளைப் பொருத்தி நாம ஆராய்ச்சி நடத்தணும். அது நடைமுறையில் இப்போதைக்குச் சாத்தியம் இல்லாததால் வேற ஏதாவது பண்ண முடியுமான்னு யோசிக்கிறாங்க” என்று சொல்லி முடித்தார் அருணா.

தூங்கி முடித்து அடுத்த வேட்டைக்குத் திமிங்கிலங்கள் தயாராக, புறப்பட்டது நாட்டிலஸ் நீர்மூழ்கி.

28

ஜொலிக்கும் ஸ்ட்ராபெர்ரி ஊசிக்கணவாய்!

வேகமாகச் சென்றுகொண்டிருந்த நாட்டிலஸ் நீர்மூழ்கி, கலிபோர்னியாவுக்கு அருகில் உள்ள கடற்பகுதியில் 3,300 அடி ஆழத்தில் நின்றது.

"ஆழ்கடல்ல இந்தக் கறுப்பு விலங்குகளையே பார்த்துப் பார்த்து சலிப்பா இருக்கு" என்றான் செந்தில்.

நீர்மூழ்கியின் விளக்கை இயக்கிய அருணா சிரித்துக்கொண்டே கைகாட்டினார். அங்கே இளஞ்சிவப்பும் அடர்சிவப்பும் கலந்து, நீல வண்ண ஜிகினா புள்ளிகளுடன் ஓர் அடி நீளத்தில் ஓர் ஊசிக்கணவாய் செங்குத்தாக நீந்திக்கொண்டிருந்தது!

"அட! ஆழ்கடலில் சூரிய ஒளி போகாதுன்னு நினைச்சிட்டு இருந்தேன். இந்த ஊசிக்கணவாய் என்னடான்னா இப்படி ஜொலிக்குது" என்று ஆச்சரியப்பட்டாள் ரோசி.

"இது ஸ்ட்ராபெர்ரி ஊசிக்கணவாய் (Strawberry Squid). ஜொலிஜொலிப்பு இருப்பதால இதை ஆபரண ஊசிக்கணவாய்னும் சொல்வாங்க. அதாவது Jewel Squid. இதோ இந்த நீல ஜிகினா புள்ளிகளை photophoresனு சொல்வோம். இவை ஒருவகையான நீல ஒளியை உமிழக்கூடிய உயிர் ஒளிர்தல் செல்கள் (Bioluminescent Cells). வேட்டையாடிகளிடமிருந்து மறைந்து தப்பிக்க, இரை தேட, பிற ஊசிக்கணவாய்களுடன் பேச, இணையைக் கவர என்று இந்த நீல ஒளி பல விதங்களில் உதவுது. ஆழ்கடலில் சிவப்பு நிறம் தெரியாது என்பதால் இவை இவ்வளவு வண்ணமயமா இருந்தாலும் இந்த இருட்டில் இதன் உடல் கறுப்பாதான் இருக்கும்" என்று சொல்லி நிறுத்தினார் அருணா.

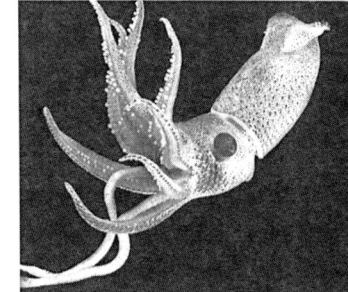

“அதோ அங்கே பாருங்க! இதுக்குக் கண்ணில் ஏதோ நோய் இருக்கு, ஒரு கண்ணைவிட இன்னொரு கண் பெரிசா வீங்கின மாதிரி இருக்கு” என்று கைகாட்டினான் செந்தில்.

அதை மறுப்பதுபோல் தலையசைத்த அருணா, “இது நோயல்ல. இந்தக் கண்களோட அமைப்பே இப்படித்தான்” என்றார்.

“இதோட வலது கண் நீல நிறத்தில் சிறியதாகவும் கீழே பார்த்தபடியும் இருக்கும். இது இரை விலங்குகள் அல்லது வேட்டை விலங்குகள் வெளியிடும் உயிர் ஒளிர்தலைக் கண்டுபிடிக்க உதவக்கூடியது. அதோ, அந்தப் பக்கம் பெரிதாகத் தெரியும் வலது கண், குழல் மாதிரியான அமைப்பைக் கொண்டது. மேலே பார்த்தபடி இருக்கும் இந்த வலது கண், இடது கண்ணைவிட இரு மடங்கு பெரியது. மஞ்சள் அல்லது பச்சை கலந்த மஞ்சள் நிறத்தில் இருக்கும்” என்று சொல்லி நிறுத்தினார் அருணா.

“சரி, இந்த மஞ்சள் குழல் கண்ணோட வேலை என்ன?” என்றாள் ரோசி.

“இந்த மஞ்சள் கண்ணுக்கு முனைவுற்ற ஒளியைப் (Polarised Light) பார்க்கும் ஆற்றல் உண்டு. இந்தக் கண் மேல் நோக்கி இருப்பதால், கடலின் மேற்பரப்பிலிருந்து வரும் மிகவும் மெலிதான நீல ஒளியில், விலங்குகள் நீந்தும் நிழல் தெரியுதான்னு பார்க்க உதவும். முனைவுற்ற ஒளியைப் பார்க்க முடிவதால், மேலே நீந்தும் விலங்கின் நிழல் மிகத் துல்லியமான நீல நிறத்தைத் தவிர, வேறு எந்த நிறத்தில் இருந்தாலும் உடனே கண்டுபிடிச்சிடும். ஒவ்வொரு நாள் இரவும் ஆழ்கடலில் இருந்து கடல்மட்டத்தை நோக்கி இந்த ஊசிக்கணவாய்கள் வேட்டைக்குப் போகும்போது இரை தேடவும் வேட்டையாடிகளிடமிருந்து தப்பிக்கவும் இந்த ரெண்டு விதமான கண்களும்தாம் உதவுது. செங்குத்தாக நீந்துவதால் மேலே, கீழே, அக்கம்பக்கம் என எல்லாத் திசைகளிலும் இந்த ஊசிக்கணவாய்களால் பார்க்க முடியுது” என்று சொல்லி முடித்தார் அருணா.

“எனக்கும் இப்படி ரெண்டு வகை கண் இருந்தா நல்லா இருக்கும். ஒரு கண் முழிச்சுகிட்டே இருக்கும்போது இன்னொரு கண் ஓய்வெடுக்கும். தனியா தூக்கம் எல்லாம் தேவையில்லை” என்றாள் ரக்ஷா.

“அட ஆமாம்!” என்று மற்ற இருவரும் ஆமோதித்தார்கள்.

ஆழ்கடலில் நிறம் பற்றிய ஒரு காணொளியை இணையத்தில் ஓடவிட்டார் அருணா. சிறிய இறால் ஒன்றைக் குறிவைத்து ஊசிக்கணவாய் முன்னேற, அதைத் தொந்தரவு செய்யாமல் புறப்பட்டது நாட்டிலஸ் நீர்மூழ்கி.

29

ஆயிரம் கிலோ மீன்!

நாட்டிலஸ் நீர்மூழ்கி தமிழ்நாட்டுக்கும் அந்தமானுக்கும் நடுவில் வந்து நின்றது. அப்போது ஓங்கில்கள் கூட்டம் துள்ளிக்குதித்து விளையாடுவதைப் பார்த்து ரசித்தனர்.

“ஏதோ மிதந்துவருது!” என்று செந்தில் கத்தினான். அது நீர்மூழ்கிக்கு அருகில் வரவும், “ஐயோ பாவம், இந்த மீனை ஏதோ ஒரு வேட்டையாடி மீன் கடிச்சிடுச்சு போல, தட்டு மாதிரி மிதந்து வருது” என்றான்.

அருணா சிரித்தபடி கைகாட்ட, அந்தப் பிரம்மாண்டமான தட்டு செங்குத்தாக நின்று இரண்டு துடுப்புகளையும் அடித்துக்கொண்டு நீந்த ஆரம்பித்தது!

“அட! இது என்ன? தலையை வெட்டி வாலை ஒட்டவெச்ச மாதிரி!” என்றாள் ரோசி.

“இதுக்குப் பேருதான் மோளா அல்லது சூரியமீன் (Sunfish). இதோட அறிவியல் பெயருக்கு அர்த்தம் அரவைக்கல். இதோட வடிவத்தைப் பார்த்தாலே ஏன் இந்தப் பெயர் வந்ததுன்னு தெரிஞ்சிடும்” என்றார் அருணா.

“சூரியமீன்னு பேரு ஏன் வந்தது?” என்றாள் ரக்ஷா.

“இப்போ இங்க பார்த்தோமே, அந்தச் சூரியக் குளியல்தான் காரணம். இது உடலைப் பக்கவாட்டில் வைத்துக் கடற்பரப்பில் சூரியஒளி படும்படியா மெதுவா மிதக்கும். பார்ப்பதற்கு அது சூரியக்குளியல் போடுவதுபோல

இருப்பதால சூரியமீன்னு பேரு. இதுங்க ஆழ்கடலில் போய் சொறி மீன்களைச் சாப்பிடும். அங்கு ரொம்ப குளிரா இருக்கும். அதனால வேட்டை முடிந்த பிறகு இப்படி மேற்பரப்புக்கு வந்து சூரிய ஒளியில் குளிர்காயும்போது இந்த மீன்களோட உடல் வெப்பம் சமநிலைக்கு வரும்னு கண்டறிஞ்சிருக்காங்க" என்று விளக்கினார் அருணா.

"இந்த மீனுக்கு வித்தியாசமான தலை, தடிமனான பல் அமைப்பு, தட்டையான உடல், விநோதமான வால் பகுதி... இது பெரிசா வேற இருக்கே!" என்று ஆச்சரியப்பட்டான் செந்தில்.

"ஆமா, இங்கு காணப்படும் சூரியமீன்கள் பத்து அடி உயரமும் 1,000 கிலோ எடையும்கூட வளரும்" என்று அருணா சொல்லும்போதே, "இது மூணு அடிதான் இருக்கும்போல, இது குட்டி" என்றாள் ரோசி.

"ஆமாம், பூமியின் தெற்குக் கோளத்தில் மட்டுமே காணப்படும் ஒருவகை சூரியமீன் இனம் இதைவிடப் பெருசா வளரும். சுமார் 2,500 கிலோ எடை வரை போகும். எலும்புள்ள மீன்களிலேயே அதிகமான எடை கொண்டது இதுதான்" என்றார்.

"அவ்வளவு பெருசா?" என்று ரக்ஷா ஆச்சரியப்பட்டாள்.

"உண்மையான ஆச்சரியம் இனிமேதான் இருக்கு" என்று நீர்மூழ்கிக்குள் இருந்த ஒரு சிறிய பாட்டிலை எடுத்துக் காட்டினார் அருணா.

"என்ன இது?"

"இந்தத் திரவத்துல ஆராய்ச்சிக்காக நான் எடுத்து வைத்திருக்கும் சூரியமீன் முட்டைகள் இருக்கு. இதோ தூசி மாதிரி தெரியுதே... ஒவ்வொண்ணும் ஒரு முட்டை. ஒரு முட்டையின் அளவு 1.3 மில்லிமீட்டர்தான்!" என்றார் அருணா.

மூவரும் ஆச்சரியமாக அந்தத் திரவத்தைப் பார்த்தனர்.

"ஒவ்வொரு சூரியமீனும் பல லட்சக்கணக்கான முட்டைகளை இடும். முட்டையிலிருந்து வெளியில் வரும் லார்வாவின் அளவு இரண்டரை மில்லிமீட்டர்தான். அதிலிருந்து 10 அடி உயரமுள்ள மீன் வளரணும்னா பாருங்களேன்... கிட்டத்தட்ட 6 கோடி மடங்கு வளர்ச்சி!" என்றார் அருணா. மூன்று பேருக்கும் ஆச்சரியத்தைத் தாங்க முடியவில்லை.

"இந்த மீனின் வளர்ச்சி நிலைகள் பற்றி ஆராய்ச்சிகள் நடந்திட்டு இருக்கு" என்று அருணா சொல்லி முடிக்கும்போது, அடுத்த சொறி மீன் வேட்டைக்காக சூரியமீன் நகர்ந்தது. அங்கிருந்து புறப்பட்டது நாட்டிலஸ் நீர்மூழ்கி.

30

நாட்டிலஸின் கதை!

நாட்டிலஸ் நீர்மூழ்கி தென்மேற்கு பசிபிக் பெருங்கடலில் உள்ள தீவுகளின் அருகில் வேகத்தைக் குறைத்து, 700 மீட்டர் ஆழத்தில் நின்றது.

"நான் ரொம்ப நாளா கேட்கணும்னு நினைச்சேன். நம்ம நீர்மூழ்கிக்கு நாட்டிலஸ்னு ஏன் பெயர் வந்தது?" என்று ஆரம்பித்தான் செந்தில்.

"எழுத்தாளர் ஜூல்ஸ் வெர்ன் எழுதிய ஒரு நாவலில் (*Jules Verne - Twenty Thousand Leagues Under the Seas*) வரும் நீர்மூழ்கிக்கும் இதே பெயர்தான். அது ரொம்ப சுவாரசியமான ஒரு சாகசக் கதை. நம்ம பள்ளி நூலகத்துல எடுத்துப் படிச்சேன்" என்றாள் ரோசி.

"அந்தக் கதையில் வரும் நாட்டிலஸை வெச்சுதான் இந்தப் பெயர் வந்ததா?" என்று கேட்டாள் ரக்ஷா.

சிரித்த அருணா, "இல்லை, 1790களில் ராபர்ட் ஃபுல்டன் என்பவரால் உருவாக்கப்பட்ட நாட்டிலஸ் நீர்மூழ்கிதான் உலகில் பயன்பாட்டுக்கு வந்த முதல் நீர்மூழ்கின்னு சொல்வாங்க. அதைக் கவுரவிக்கும் விதமாக வைத்த பெயர் இது. நாட்டிலோஸ் என்கிற கிரேக்க மொழிச் சொல்லுக்குக் கடலில் பயணிப்பவர், கடலோடின்னு பொருள்" என்று விளக்கினார் அருணா.

சங்குக்கணவாய்

சுற்றியிருந்த கடற்பகுதியில் நீந்திவரும் ஒரு விலங்கைக் காட்டி, "இந்தக் கடல்வாழ் விலங்கின் பெயரும் நாட்டிலஸ்தான். கடலோடி என்கிற வார்த்தையிலிருந்து பெயர் வெச்சிருக்காங்க" என்றார் அருணா.

ஜூல்ஸ் வெர்ன்

"பெரிய நத்தை மாதிரி இருக்கு", "ஒரு அடி நீளம் இருக்கும்போல" என்றெல்லாம் குரல்கள் எழுந்தன.

"இது கணவாய்க் குடும்பத்தைச் சேர்ந்த ஒரு வகை தலைக்காலி. இதைத் தமிழில் சங்குக் கணவாய், நத்தைக் கணவாய்னு சொல்வாங்க. இதில் ஆறு தனி இனங்கள் இருக்கு. பொதுவா மற்ற கணவாய் இனங்களுக்கு வெளியில் ஓடு இருக்காது. ஆனா, இதற்கு ஓடு இருக்கும். இந்த ஓடு எட்டு முதல் பத்து அங்குலம் வரை வளரும். இவை பெரும்பாலும் 100 மீட்டர் ஆழத்துக்கு மேல்தான் காணப்படும். இரவில் வேட்டையாடும் உயிரி இது" என்று சொல்லி நிறுத்தினார் அருணா.

"இந்த ஓடு இவ்வளவு பெரிசா இருக்கே, ஓட்டுக்குள்ள என்ன இருக்கும்?" என்றான் செந்தில்.

"இந்த ஓட்டுக்குள் பல சிறு அறைகள் இருக்கும், அதில் மிகப்பெரிய அறையில்தான் இந்தக் கணவாய் வசிக்கும்" என்று அருணா சொல்லிக்கொண்டிருந்தபோதே, "மத்த அறைகளை எல்லாம் வாடகைக்கு விட்டிருக்குமோ?" என்று கேட்டு, தானே சிரித்துக்கொண்டாள் ரக்ஷா.

"இல்லை, மற்ற அறைகள் இந்தக் கணவாயின் நகர்வுக்கு உதவிசெய்யும். ஒருவகை விசை (Jet Propulsion) மூலமா இது நகரும். இப்போ ஆழத்திலிருந்து மேலே போகணும்னா, உள் அறைகளில் இருக்கும் நீரை வெளியேற்றி, அப்படியே மேல்நோக்கி நகரும். கீழே வரணும்னா, அறைகளில் இருக்கும் குழல் போன்ற அமைப்புகள் மூலம் நீரை உறிஞ்சி, எடை அதிகமாகி அப்படியே கீழே வரும். ஒரே ஆழத்திலேயே பக்கவாட்டில் போகணும்னா கொஞ்சமா நீரை எடுத்து

அதை வெளியேற்றி முன்னும்பின்னும் நகரும். அதே ஆழத்தில் தொடர்ந்து மிதப்பதற்குச் சுற்றியிருக்கும் நீரின் அடர்த்தியுடன் தன்னுடைய உடலின் அடர்த்தியைச் சமநிலையில் வச்சிருக்கும்'' என்று வேகமாகச் சொல்லி நிறுத்தினார் அருணா. மூவரும் ஆச்சரியமாகப் பார்த்தனர்.

''ஒரு காலத்தில் இது மட்டுமில்லாம இதோட உறவினர்களான அம்மோனைட் (Ammonite) உயிரிகள் எல்லாம் நிறைய இருந்ததாம். அருங்காட்சியகங்கள்ல பார்த்திருப்பீங்களே, சுருள் சுருளா வட்டமா இருக்குமே! ஒரு பேரழிவு வந்ததில் கிட்டத்தட்ட எல்லா அம்மோனைட்களும் அழிஞ்சது. ஆனாலும் இந்த ஆழ்கடல் விலங்குகள் அழியாமல் தன்னைப் பாதுகாத்துக்கிட்டு இருக்கு. 50 கோடி ஆண்டுகளுக்கு முன்னால் தோன்றிய பழமையான இனம் இது. பார்க்கக் கொஞ்சம் விநோதமா இருந்தாலும் செயல்திறனுடன் நீந்துவது, ஆழத்திலிருந்து மேலே போனாலும் அழுத்த மாறுபாடுகளில் சேதமடையாமல் இருப்பதுன்னு இதுங்களுக்குப் பல தகவமைப்புகள் உண்டு'' என்று சொல்லி நிறுத்தினார் அருணா. மூவரும் கைதட்டினர்.

''நாட்டிலஸ் கடற்பயணத்துல நாம் பார்க்கும் கடைசி விலங்கு இதுதான், ஆகவே கைதட்டல் பொருத்தம்தான்'' என்றார் அருணா.

''ஆமா, நாங்களும் எங்க நண்பர்களைச் சந்திச்சு இப்போ கற்றுக்கொண்டதை எல்லாம் பகிர்ந்துக்கணும். அது பெரிய பொறுப்பு'' என்றாள் ரோசி.

''நம் குழுத்தலைவர் சொல்வது சரிதான். கடலில் இருக்கும் அதிசயங்களில் நாம் கொஞ்சம்தான் பார்த்திருக்கோம். இன்னும் ஏராளமான அதிசயங்கள் கொட்டிக் கிடக்கு. இத்தனை ஆண்டுகளா ஆராய்ச்சியாளரா இருக்கேன். இப்பவும் ஒவ்வொரு முறை கள ஆய்வுக்குப் போகும்போதும் புத்தம் புதிதாக எதையாவது பார்க்க முடியும். அந்தக் கடலையும் கடலின் சூழலையும் அதிலிருக்கும் ஆச்சரியமான உயிரிகளையும் காப்பது நம் எல்லாருடைய கடமை. குறைந்தபட்சம் நாம கடற்கரைக்குப் போகும்போது குப்பை போடாமல் இருப்பதுகூட ஒரு பெரிய பங்களிப்புதான்'' என்றார் அருணா.

மூவரும் தலை அசைத்தனர். அவர்கள் சென்று நிலத்தில் இறங்க வேண்டிய இடத்தின் பெயரை நீர்மூழ்கியில் பதிவிட்டார் அருணா. வேகமாகப் புறப்பட்டது நாட்டிலஸ் நீர்மூழ்கி. அனைவரும் சுற்றியிருக்கும் கடலின் அழகை ரசிக்கத் தொடங்கினர்.